Kivuli cha Sakawa

Enock Bitugi Matundura

Toleo la kwanza: Septemba 2010
Kimechapishwa na Nsemia Inc. Publishers
www.nsemia.com
Kimehaririwa na Angaluki Muaka
Jalada na Michoro: Robert Kambo Maina
Usanifu wa Jalada & ruwaza ya matini : Truphena
K. Matunda

Arifa kwa Wakutubi

Rekodi ya katalogi ya kitabu hiki inapatikana katika
Makavazi na Maktaba nchini Canada.

ISBN: 978-1-926906-00-3 Paperback

Kumhusu Mwandishi

Bitugi Matundura alizaliwa katika kijiji cha Bomoseri, wilayani Gucha. Alikulia wilayani Kericho ambapo alisomea katika Shule ya Msingi ya Kipketer. Baadaye alijiunga na shule maarufu ya upili – Starehe Boys' Centre & School, Nairobi, kabla ya kuitwa kujiunga na Chuo Kikuu cha Moi kusomea ualimu.

Baada ya kufuzu, Matundura alifanya kazi ya uhariri katika Shirika la Habari la Kenya (KBC), kabla ya kujiunga tena na Chuo Kikuu Cha Nairobi kwa masomo ya shahada ya uzamili (masters) katika taaluma ya fasihi na isimu ya Kiswahili.

Alifanya kazi kwa muda mfupi kwenye kampuni ya Nation Media Group kama mfasiri na mwandishi wa habari katika magazeti ya Taifa Leo, Daily Nation na Sunday Nation. Raghba yake ilikuwa ni kujiunga na mwanda wa akademia. Kwa hivyo, mambo yalipoonekana kutomwendea sawa kama alivyopanga, aliagana na uanahabari na kuanza kufundisha katika vyuo vikuu.

Bitugi Matundura sio mgeni katika ulingo wa uandishi. Ameandika na kuchapisha vitabu kadha vya fasihi ya watoto. Vitabu vyake vingi vimependekezwa na Taasisi ya Elimu ya Kenya (KIE) kusomwa katika shule za msingi.

Mojawapo wa vitabu vyake - Sitaki Iwe Siri (Longhorn Publishers, Nairobi) kilishinda nafasi ya pili kwenye Jomo Kenyatta Prize for Literature Award, 2009. Jomo Kenyatta Prize for Literature ni tuzo ya uandishi ya kifahari inayoenziwa sana Afrika Mashariki na Kati.

Tungo zake nyingine ni pamoja na Mkasa wa Shujaa Liyongo (2001) [Phoenix], Mwepesi wa Kusahau (2005) [Phoenix], Masagisa na Zimwi Mbilikimo (2007) [Phoenix], Fahali Mtoboa Siri (2008) [Focus], Maadui wa Maria (2008) [Vide - Muwa], Jumamosi ya Mkosi (2008) [Phoenix], Kisa Cha Nyange (2009) [E.A.E.P], Mamba Mnafiki (2009) [E.A.E.P] na Mbwa na Sungura (2009) [E.A.E.P]. Aidha ameandika na kuchapisha Masaibu ya Mfalme Tapwara (2010) [Jomo Kenyatta Foundation], Tatizo la Kisauni (2010) [Oxford], Hazina ya Zuena na Makombo (2010) [Kenya Literature Bureau], Adhabu ya Joka (2010) [Vide-Muwa] miongoni mwa vitabu vingine.

Hadithi zake fupi kwenye mikusanyo ya hadithi fupi ni pamoja na Mrithi Nini Wanangu? [KLB], Shetani Hana Hatia [Focus], Giza la Kumi Kumi [Phoenix], Vyangu Utavilia Kaburini [E.A.E.P] na Karakana ya Mauti [Longman]. Matundura pia amechangia makala kwenye majarida ya kitaaluma.

Mwandishi huyu, ambaye amewahi kufundisha kwa muda katika Chuo Kikuu Katoliki Cha Afrika Mashariki (CUEA), hivi sasa anafundisha isimu na fasihi ya Kiswahili katika Chuo Kikuu Kishiriki cha Chuka – ambapo pia anafanya utafiti wake wa shahada ya uzamifu (Ph.D) katika masuala ya leksikografia. Matundura huandika kimakusudi kwa Kiswahili kwa sababu ya kuhisi kwamba lugha hii ya Kiafrika ni muhimu sana.

Shukrani

Kuchapishwa kwa kitabu hiki ambacho kimekuwa katika hali ya mswada kwa zaidi ya miaka kumi na mitano sasa kunatokana na juhudi za watu wengi. Nitakuwa mtovu wa fadhila iwapo sitawataja watu binafsi na makundi ya watu waliochangia kwa njia moja au nyingine katika kutimiza ndoto yangu ya kuchapishwa kwa kazi hii ambayo ninaamini ni muhimu.

Mosi, namshukuru ghaya mchapishaji wangu, Dkt Matunda Nyanchama, mwasisi wa Nsemia Publishers Limited nchini Canada kwa ujasiri wake mkubwa wa kuchapisha kazi hii – baada ya wachapishaji wengine kuiepuka anavyoepukwa mgonjwa wa ukoma! Ilisadifu kwamba, Dkt Matunda Nyanchama alikuwa amekwisha kutambua na kuwazia kwa kina pengo lililokuwepo kuhusu hadithi ya jagina Sakawa Ng'iti. Pengo la aina hii ama lilikuwa halijazibwa kwa muda mrefu kwa sababu mbili; ama hadithi kuhusu majagina wa Kiafrika zimekuwa zikupuuzwa, au hapajakuwepo na waandishi jasiri wa kujitokeza kimakusudi kutafiti kuwahusu mashujaa wetu wa Kiafrika na kuandika kazi za kimsingi kuwahusu kwa minajili ya manufaa ya vizazi vijavyo.

Hivyo basi nilipoona tangazo la mchapishaji huyu kwenye mtandao kwamba alikuwa anatafuta miswada ya fani hizi, nilimwandikia barua pepe mara moja na kumwelezea mawazo yangu kuhusu mswada wa kitabu hiki. Naye aliyapokea na kuyachangamkia mawazo hayo kwa raghba kuu. Kuanzia hapo, meli ya safari ya uandaaji wa kitabu hiki iling'oa nanga mara moja. Vilevile sitakosa kumshukuru mhariri wangu – Mwalimu Angaluki Muaka ambaye alifanya juhudi kubwa kuupiga msasa mswada wa kitabu hiki.

Pili, ninatoa shukrani za dhati kwa wazee mbalimbali katika kijiji cha Bogeka ambako inaaminika jagina Sakawa Ng'iti alizaliwa, akakulia na kuishi. Ningependa hasa kumtaja Mzee Maisiba Gisemba ambaye alinihadithia hurafa kumhusu jagina huyu kama inavyosikika katika masikio na kutajwa na vinywa vya kizazi hicho kikongwe ambacho kwa bahati mbaya kinaporomoshwa na wimbi la wakati. Kuchapishwa kwa kitabu hiki kunaziba pengo kubwa la hatari ya kupotea au kupotoshwa kwa hadithi kumhusu Sakawa ambayo imekuwa ikipokezwa kwa njia ya mdomo kutoka kizaji kimoja hadi kingine.

Tatu, ninamshukuru Prof William Robert Ochieng' wa Chuo Kikuu cha Maseno kwa kujibu barua pepe zangu kila nilipomuuliza maswali mengi kuhusiana na masuala mbalimbali ya kihistoria. Utaalamu wa Prof Ochieng' ambaye tasnifu yake ya uzamifu (Ph.D) ilihusu jamii ya Abagusii ulinisaidia sana ingawa sikukubaliana na maoni yake mengi ambayo yamkini aliyapotosha katika utafiti wake.

Nne ninamshukuru amu yangu, Mzee Orioba Onsando ambaye alinipa msingi wa awali ulioniwezesha kufanya utafiti wa kuibua data ya kutunga kisa hiki. Aidha namshukuru ghaya Bw. Elkana Ong'esa ambaye alichangamkia wazo la kuandika kitabu cha aina hii na kunitia moyo wakati nilipokuwa ninakaribia kukata tamaa ya kuukamilisha mradi huu. Hata hivyo, ningependa kuwatahadharisha wasomaji wa kazi hii kwamba, ingawa Sakawa aliwahi kuishi kweli, mhusika Sakawa katika hadithi hii ni wa kisanaa na hivyo basi anatofautiana pakubwa sana na Sakawa wa kihistoria. Kwa hivyo, iwapo kuna mgongano kati ya wahusika hawa wawili, historia isitumiwe kama kigezo cha kuikosoa kazi hii. Sanaa na historia ni mambo mawili tofauti. Sanaa huwa haikosolewi pale inapogongana na historia bali hukosolewa pale inapokiuka sheria za sanaa.

Aidha ninatoa shukrani za dhati kwa kaka yangu, Dkt James Micah Onsando na mkewe, Bi Margaret Kemuma Onsando kwa kunilea na kunipatia mazingira mazuri yaliyonisaidia katika kunawiri kwenye bahari ya elimu – kando na kuwa chachu kwa mengi niyatendayo mpaka sasa. Natoa shukrani pia kwa wazazi wangu – Mzee Micah Matundura Onsando na Mama zangu – Rebecca Mokeira na Miriam Nyangweso kwa mchango wao mkubwa wa kutuelimisha na kuwa walezi bora na dira maridhawa katika bahari hii ya maisha yenye misukosuko mingi.

Vilevile shukrani jazila kwa wasomaji wa awali wa mswada wa kitabu hiki ambao walitoa maoni na mapendekezo kuhusu jinsi ya kuiboresha hadithi hii. Hao ni pamoja walimu wangu, Mwalimu Hezron Mogambi, Dkt Kyallo Wadi Wamitila na Dkt Kineene wa Mutiso wote wa Chuo Kikuu cha Nairobi, pamoja na rafiki yangu, Bw. Samuel Ng'ang'a Irungu. Aidha, ninamshukuru Dkt. Mwenda Mukuthuria, Mkurugenzi wa Bodi ya Masomo ya Shahada za Juu – Chuo Kikuu Kishiriki cha Chuka kwa kukubali kusoma kazi hii na kuitolea kauli licha ya kutingwa na shughuli nyingi za kiutawala.

Siwezi kusahau kumshukuru mwalimu na rafiki yangu, Prof Nathan Oyori Ogechi, Mkuu wa Idara ya Isimu na Lugha Nyingine za Kiafrika, Chuo Kikuu cha Moi – Eldoret, kwa kukubali kuniandikia dibaji ya kitabu hiki ingawa alikuwa na shughuli zake nyingi.

Mwisho kabisa na muhimu kuliko wote ni mke wangu mpenzi na rafiki yangu, Lilian Mokeira Arama, mwanangu, Ernest Griffin Matundura (Jnr) pamoja na mpwa wangu, Clinton Matundura – kwa kuwa na subira kubwa wakati nilipokuwa ninakiandaa kitabu hiki. Kwenu nyote, ninasema mbuya mono.

Bitugi Matundura

Juni 23, 2010   Chuo Kikuu Kishiriki cha Chuka

DIBAJI

Wasomaji makini wa Kiswahili wamewahi kusoma vitabu kama vile Sundiata, Kinjeketile, Mukwava wa Uhehe mbali na vinginevyo. Haya ni majina muhimu ya kihistoria katika jamii zetu za Afrika. Kazi zinazohusu majina haya si kazi za historia halisi za jamii husika bali ni za kisanaa. Hata hivyo, zinasaidia sana katika kuhifadhi majina ya watajika wale pamoja na jamii husika. Visa vinavyosimuliwa ni ukumbusho wa watu wanaosimuliwa. Sijapata kusoma kitabu kinachosimulia watu maarufu walioishi katika jamii ya Abagusii. Isitoshe, nimewahi kukumbana na watu wa jamii ya Abagusii wakilalamika kwamba mambo yao ya kihistoria na utamaduni wao yametoweka eti kwa sababu hakuna maandishi yanayohusiana nayo. Katika muktadha huo, kitabu cha Matundura, Kivuli cha Sakawa, ni hatua muhimu katika kuhifadhi jina la kiongozi maarufu wa Abagusii, Sakawa. Kitabu hiki hakifahidhi tu jina bali pia kinachangia katika uhifadhi wa fasihi simulizi ya Abagusii.

Mwandishi wa kitabu hiki, Enock Bitugi Matundura, ni mtaalamu chipukizi aliyebobea katika taaluma ya Kiswahili na hususan uandishi wa kazi za sanaa kwa lugha teule ya Kiswahili. Kisa alichokisimulia humu ni dhihirisho la ubunaji wa hali ya juu kwani anatumia masimulizi aliyoyasikia katika jamii yake ili kuandika kazi ya sanaa. Matundura ana bidii ya mchwa kwani amewahi kutoa vitabu kadhaa katika muda mfupi wa chini ya miaka kumi.

Maandishi yake yamechapishwa na mashirika mbali mbali nchini Kenya. Pia amechangia hadithi katika vitabu vya mkusanyiko wa hadithi fupi na muhimu zaidi ni kuwa kitabu chake cha Sitaki Iwe Siri, 2008, kiliibuka cha pili katika Jomo Kenyatta Prize for Literature mnamo mwaka 2009 – bila shaka huyu ni mwandishi ambaye kazi zake ni za kutiliwa maanani.

Matundura amedhihirisha ukwasi wa lugha katika kisa hiki cha Sakawa. Kina uhondo wa tamathali za semi ambapo methali na tashbihi zimetumika kwa ufundi wa juu. Huku tukikumbuka kuwa hii ni kazi ya kubuni, Matundura ametumia mtindo wa usimulizi ambao unamteka msomaji anapoanza kusoma asitake kupumzika mpaka afike mwisho wa hadithi hii. Kwa kuwa kisa hiki, yaelekea, kinanuiwa kuhifadhi mambo ya kiutamaduni wa Abagusii, mwandishi ametumia maneno ya Ekegusii mara kadhaa ili kuelezea dhana ambazo ni nyeti kwa Abagusii. Hata hivyo, hamwachi msomaji, hata yule ambaye hakielewi Ekegusii, katika utata kwani ametoa tafsiri inayomwezesha msomaji kufuatilia hadithi bila tatizo. Hiki ni kipawa cha kipekee. Mwandishi pia ametoa faharasa mwishoni mwa kitabu hiki ili kumwezesha msomaji ayaelewe maneno ya Ekegusii yaliyotumika. Kazi hii pia inatumia taswira mwanana zinazofaa.

Kitabu hiki kimegawanya katika sura fupi kumi na tatu ambazo zinazungumzia masuala mbali mbali kumhusu Sakawa. Katika sura ya kwanza, mwandishi anatuchorea picha ya babake Sakawa, Ng'iti, na familia yake ya wake wawili. Kisha, anatuonyesha masaibu yaliyompata Ng'iti kwa kumkosa mrithi kiasi kwamba analazimika kutoa kafara kwa Mungu na mababu wa Abagusii. Sakawa anapozaliwa, tuonaonyeshwa jinsi Mzee Ng'iti anavyoshangilia na kumfunza historia, utamaduni wa jamii yake pamoja na ujuzi wa mitishamba. Katika hatua nyingine, tunashuhudia kifo cha babake Sakawa na uongozi wa Sakawa. Tunaona ushindani alioupata katika hatua ya awali na jinsi alivyoibuka kuwa kiongozi mzuri aliyeisaidia jamii yake kushinda vita dhidi ya majirani wao. Mwandishi anahadithia utabiri alioutoa Sakawa kwa jamii yake ambapo kilele ni utabiri kuhusu utawala wa Wazungu baada ya kifo chake. Waama, hiki ni kisa muhimu ambacho kimeandikwa na mwandishi makini na nakipendekeza kusomwa na wapenzi wa utamaduni na fasihi simulizi.

Nathan Oyori Ogechi
Eldoret, Juni 2010

Nathan Oyori Ogechi ni Profesa Mshiriki wa Isimu Afrika na Mkuu wa Idara ya Kiswahili na Lugha Nyingine za Kiafrika katika Chuo Kikuu cha Moi, Eldoret, Kenya.

Tabaruku

Kwa kumbukizi ya marehemu babu, Onsando Agutta,
marehemu bibi yangu, Birisira Kerubo, na marehemu
Amu yangu, John Mamboleo Onsando.

Yaliyomo

1. Kilio

MAGHARIBI ilikuwa imeanza kuingia. Jua lilikuwa linatua polepole katika upeo wa macho huku miale yake ya rangi ya ndimi za moto ikibusu vilima na kuvipigia kwaheri. Navyo vilima vilionekana kuchangamka kwa furaha kama kwamba vilikuwa vinaitikia kwaheri za jua.

Baadhi ya ndege walionekana wakirukaruka angani kwa furaha huku wengine wakiwa wametua mitini kusubiri jua likamilishe safari yake. Nia yao ilikuwa kwamba, punde tu giza lingeshika zamu, wangeingia viotani mwao kwa mapumziko ya usiku jinsi walivyokuwa wamefanya siku nyingine.

Mifugo katika boma la Mzee Ng'iti pia walionekana wakifanya matayarisho mbalimbali kabla ya mapumziko ya usiku. Ng'ombe waliokuwa wanarejea kutoka malishoni walisikika wakiwaita ndama wao kwa "moo moo" baada ya kukosa kuwaona siku nzima. Ndama walijibu huku wakirukaruka kwa furaha wakiwa wameelekeza mikia yao juu. Walijua kuwa, punde si punde, wangepata fursa ya kunyonya.

Ng'ombe waliokuwa hawana ndama, walitulia tuli kama maji mtungini na kucheua shehena za nyasi walizokuwa wamekusanya siku nzima malishoni, kwani, wahenga walivyosema, asiye na mwana hueleka jiwe.

Kuku wenye vifaranga walikamilisha mkondo wa mwisho wa kuchakurachakura nyasini kushibisha matumbo yao na ya wanao kwa punje za nafaka zilizokuwa zimemwagika humo wakati wa shughuli ya kuanuliwa.

Simba, mbwa mweusi tititi na maarufu katika

boma la Mzee Ng'iti alikuwa amejikunyata na kulala fofofo kwenye biwi la mabaki ya wimbi uliobururwa karibu na lango kuu la kuingia bomani kwa mzee huyo. Naye bila shaka alikuwa labda anausubiri usiku kwa hamu na ghamu ili kutekeleza wajibu wake wa kulinda boma hilo.

Wake wawili za Mzee Ng'iti nao hawakuachwa nyuma. Walikuwa wakifanya shughuli nyingi kama za nyuki mzingani kwa matayarisho ya usiku huo. Bochere, mke wa kwanza katika boma la Mzee Ng'iti alikuwa anakamilisha shughuli ya kuanua wimbi. Sasa anamenyana na kuikunja ngozi aliyoitumia kuanikia zao hilo ili airudishe nyumbani kusubiri siku ya pili. Baada ya kukamilisha shughuli hiyo, alitarajiwa kwenda bomani akiandamana na binti yake kitinda mimba, Nyakerario, kwenda kuwakama ng'ombe. Binti zake wakubwa waliomsaidia kufanya kazi hii kwa miaka kadhaa sasa walikuwa wamekwisha kuolewa.

Mke wa pili, Bochaberi, alikuwa anasaga wimbi kwa kutumia mawe mawili maalumu ya kusagia nafaka, ensio na orogena, ili kupata unga wa chakula cha jioni. Kando yake, kulikuwa na wanawe wanne wa kike ambao walimsaidia katika kazi hii. Kwenye shughuli hii, binti hao walipakua punje za wimbi kwa viganja vya mikono yao na kuzimwaga juu ya orogena.

Naye mama yao alianza mara moja kuzisagasaga kwa ensio. Ni nadra sana kama kaburi la Baniani kupata ensio na orogena zikitumika siku hizi kwa sababu ya teknolojia ya kisasa. Hivi sasa watu husaga nafaka zao kwa kutumia mitambo ya tingatinga. Siku hizo, teknolojia hiyo ya usagaji wa nafaka kwa kutumia mawe ilifana sana.

Bochere alikuwa ni pande la mwanamke wa

3

takriban miaka hamsini hivi, mfupi wa kimo na mwenye ngozi ya rangi ya maji ya kunde. Bidii yake ya mchwa kondeni ilikuwa haina mfano wa kupiguwa.

Kila mwaka alivuna wimbi maghala kadhaa. Bidii yake iliipa familia ya Mzee Ng'iti shibe miaka nenda miaka rudi. Msamiati "njaa" haukujulikana kamwe katika familia hii. Isitoshe, alikuwa mchangamfu kila wakati isipokuwa wakati alipokumbuka mzozo wa miaka mingi kati yake na mumewe, Mzee Ng'iti, na haikuwa nadra kukumbuka mzozo huo kwa sababu ulihusu maisha na hatima ya ndoa yake! Lakini hawakukosea wahenga waliposema kuwa wagombanao ndio wapatanao.

Ndoa yao ya miaka mingi hatimaye ilianza kuwa na nyufa. Kisa na sababu? Bochere "alishindwa" kumzalia Mzee Ng'iti mtoto wa kiume. Mwanambee wao, Kerubo, alikuwa msichana. Akafuatiwa na Moraa, akafuata Nyaboke, halafu akazaa mapacha – Barongo na Nyaituga – hatimaye kitinda mimba Nyanchera. Wote hawa sasa walikuwa wameolewa. Ingawa Mzee Ng'iti aliamini msemo wa utamaduni wa jamii ya Abagusii kwamba, nyomba ya baiseke bange nkerandi getakuoma, alihofia pia kwamba kumkosa mtoto wa kiume ambaye angerithi mali yake ingekuwa hatari zaidi.

"Wasichana, wasichana.... wasichana ....mke wa aina gani wewe usiyeweza kunizalia mtoto wa kiume?" Bochere akawa anakumbuka ulivyoanza ugomvi kati yake na mumewe. Mwanzo wa makubwa ni madogo.

"Kwani wasichana si watoto walivyo watoto wengine?" Bochere akawa anauliza. Kumbe Mzee Ng'iti hakuwa aki pendezwa kamwe na maswali ya sampuli hiyo. Yalimchoma moyoni kama msumari moto uliowekelewa kwenye kidonda. Akaanza kumpiga

4

Bochere kutwa kucha, huku akitoa vitisho vya ama kumpatia talaka au kumwoa mke wa pili.

Bochere alipoona Ng'iti amemgeuza ngoma,

akamwambia kwa hasira, "Watoto ni watoto. Wawe wa kike au wa kiume, wote ni tunu kutoka kwa mababu zetu. Watoto wa kiume na wa kike wote ni sawa! Isitoshe, kizazi si cha mtu mmoja. Huhusisha mke na mume."

"Ujeuri ulioje huu! Mke anashindwa kunizalia mtoto wa kiume, halafu ananionyesha ujeuri. N'tamfunza adabu kwa kumwoa mke wa pili. Atatambua kuwa ndimi simba wa boma hili," Ng'iti alifoka kwa hasira kama za mkizi.

Hivyo ndivyo alivyokuja kuolewa mke wa pili, Bochaberi, ambaye sasa alikuwa mke mwenza wa Bochere. Bochaberi alikuwa mweusi wa sura, mwembamba wa kimo na mnyamavu asiyesema mengi.

Baada ya mwaka mmoja katika maisha ya ndoa, Bochaberi alimzalia Ng'iti mtoto wa kike. Ng'iti akasema kimoyomoyo,

"Haidhuru! Wa pili atakuwa wa kiume." Mambo hayakuwa alivyodhania. Bochaberi naye aliendelea kuzaa watoto wasichana mfululizo. Walipofika wasichana wanne, Ng'iti alianza kuingiwa na wasiwasi mkuu.

Hakujua ni nani angerithi mali yake nyingi iliyokuwa inaongezeka kutwa kucha kutokana na umaarufu wake katika taaluma ya uganga wa mitishamba. Kila alipomwelezea mkewe wa kwanza, Bochere aliungana na mumewe kusikitikia hali yake ya kushindwa kumzalia mwana wa kiume. Maisha yake ya ndoa yalikuwa yanafuata mkondo wa yale ya mke mwenzake, Bochere, ambaye pia alijifungua watoto wa kike pekee. Enzi hizo, mambo yalikuwa tofauti sana na ilivyo hivi leo ambapo sheria inaruhusu mtoto wa kike kutambuliwa kwa usawa na mwenzake wa kiume kuhusu masuala ya urithi wa mali.

Hali ya kumkosa mtoto wa kiume ilianza kumtia wasiwasi Mzee Ng'iti, hasa alipoona umri wake ukizidi kuongezeka mwaka baada ya mwingine. Hali hii ilimhuzunisha sana mzee huyu. Lakini hakukata tamaa. Alijua kuwa bahati ya mke wa pili kumzalia mtoto wa kiume ilikuwa haijasimama.

Jioni hiyo, Ng'iti naye alikuwa ndio anarejea nyumbani kutoka msituni alikokuwa ameraukia kwenda kutafuta dawa za mitishamba alizotumia kuwatibu wagonjwa waliotoka kote Gusii na jamii jirani za Wamaasai, Wajaluo na Wakipsigis. Taaluma hii ilimfanya awe mzee wa kuheshimika sana. Lakini kumkosa mtoto wa kiume ambaye angerithi mali pamoja na taaluma hiyo, kulimtia tumbo moto kila kulipokucha. Akachukua hatua ya kufanya kafara na tambiko kwa Mungu, Engoro, na miungu ya mababu zake.

Chakula cha jioni kilipokuwa tayari, Ng'iti alipakuliwa mgao wake uliowekwa kwenye vibaba tofauti na vile walivyotumia watu wa familia yake kula. Ulivyokuwa utamaduni wa jamii ya Abagusii wakati huo, mzee wa boma alihitajika kula chakula na watoto wake wa kiume na wake wake wakashirikiana chakula na binti zao. Hata hivyo, hakuna aliyeruhusiwa kula kabla ya mzee wa boma kutoa sala kwa mababu. Kila kipindi cha chakula hasa cha jioni kilipofika, Mzee Ng'iti ndiye aliyeongoza shughuli hiyo.

Mzee Ng'iti alimega matonge mawili ya ugali wa wimbi kutoka kwa kibaba chake, ekee; moja dogo na jingine kubwa. Akasimama kutoka kwa kigoda chake cha duara cha miguu mitatu alichopenda sana kukalia. Akapiga hatua moja, mbili, tatu hadi akafika mlangoni. Akageuka na kuangalia alikotoka. Akarusha tonge kubwa kupita begani huku akisema, "...na hiyo ni tunu kwa muumba wetu, Engoro, anayeipa familia hii afya na uhai, watoto wa kiume na wa kike."

Punde baadaye, alirusha tonge dogo huku akisema, "...na hiyo ni tunu kwa mababu zetu Mogusii, Osogo, Moluguhia, Kigoma, Ribiaka na Kintu..." kwa hatua haba, alitembea tena na kurejea kitini kwake, karibu na chakula chake. Akakiangalia kiti kile kwa muda. Halafu akaketi. Baada ya kuketi, familia nzima ikaanza kuishitaki njaa bila kusema neno. Mzee Ng'iti alikila chakula chake kando kwa upweke huku yuawaza,

"Laiti ningalikuwa na mwana wa kiume, ningalikuwa nashirikiana naye kula chakula hiki. Haidhuru! Rehema za mababu zetu zitanisaidia kupata mrithi."

Kando kidogo, wake zake na binti zao nao walishirikiana mlo wa ugali wa wimbi kwa kitoweo cha mboga kali, chinsaga, huku wakiongea kwa sauti za chini.

Baada ya shibe, Ng'iti aliwadokezea wake zake kuwa siku chache baadaye, angewataka waandamane pamoja hadi kweye mapango ya jabali kuu la Manga kumtolea Engoro tambiko kuu.

2. Tambiko

HATIMAYE maandalizi ya kwenda kufanya tambiko katika mapango ya jabali kuu la Manga yalikamilika. Maandalizi yenyewe yalikuwa hayana mfano wa kupigiwa. Ng'iti na wake zake wawili, Bochere na Bochaberi, walihakikisha kwamba walitayarisha kila kitu ambacho wangehitaji katika utoaji wa kafara hiyo.

Miongoni mwa vitu vilivyotayarishwa kwa minajili ya utekelezaji wa shughuli hiyo vilikuwa ni pamoja na tita kubwa la kuni lililofunganishwa pamoja kwa majani ya migomba ya ndizi, beberu mkubwa mwenye "ndevu" kama za Kalasinga, jogoo mweupe, vibaba viwili vya unga wa wimbi, mkungu wa ndizi, kisu kimoja chenye makali, taa ya kibatari, mgwisho na madumu mawili ya maziwa lala.

Mzee Ng'iti alikuwa ametuma ujumbe kwa Mzee Kebabe Okioma kutaka usaidizi wa kijana wake barubaru, Maikara, kuja kumsaidia kubeba na kumpeleka beberu huyo hadi mahala pa kufanyia tambiko.

Katika miaka ya nyuma kabla ya kuzeeka, Ng'iti hakuhitaji msaada wa aina hiyo. Alimradi sasa nguvu zilikuwa zimemwishia, alilazimika kutafuta msaada kutoka kwa mzee mwenzake ambaye alikuwa na wana wa kiume. Hili lilimpa uchungu wa aina fulani moyoni na kumtonesha kidonda cha kukosa mtoto wa kiume. Alijawa matumaini kuwa baada ya tambiko hilo, mambo yake yangemwendea vizuri.

Siku ya kwenda kufanya kafara ilifika. Jimbi wa kwanza alipowika, Mzee Ng'iti, wake zake na Maikara Okioma walikuwa tayari wameshaanza safari ya kwenda kwenye mapango ya jabali la Manga. Ng'iti ndiye alitangulia huku amening'iniza mkoba wa vifaa vyake vya uganga katika bega lake la kushoto kwa kutumia mkongojo wake wenye umbo la nambari "7". Mzee huyu aliutumia mkuki katika mkono mwingine kama mkongojo ili asianguke.

Nyuma yake alifuatiwa na Maikara, ambaye alimbeba beberu mabegani na kuishikilia miguu yake kifuani kwake kwa nguvu. Bochere alikuwa nyuma ya Maikara. Alikuwa amejitwika tita la kuni. Nyuma yake alikuwa mke mwenzake, Bochaberi, ambaye pia alikuwa amejitwika kapu kubwa na kujitwike jimbi mweupe kichwani huku kichwa cha ndege huyo kikiangalia nyuma walikokuwa wanatoka.

Simba aliwafuata nyuma unyounyo bila ya kuwa na hakika iwapo angepewa idhini ya kushiriki katika safari hiyo au la. Lakini alikuwa amejikatia kauli kuwa, liwalo na liwe, hangebaki nyumbani kamwe! Jitihada za Mzee Ng'iti kumkanya abaki nyumbani hazikufanikiwa. Simba alikuwa ameandamana na bwana wake mara kadha wa kadha kwenda msituni. Pengine ukaidi wa amri ya bwana wake ulitokana na ziara hizo za mara kwa mara ambazo sasa zilikuwa zimegeuka ibada. Aliona kuwa ilikuwa ni "haki" yake kutoachwa nyuma katika safari hiyo "kubwa" iliyohusisha Mzee Ng'iti na wakewe.

Vilevile, lilikuwa ni jambo geni kwa mbwa huyu kuona kuku na beberu wamebebwa. Kwa werevu wake, aliunga moja na moja na kutambua kuwa, mlo haungekosa katika safari hiyo. Simba hakuwa mbwa mjinga kamwe. Ng'iti alipomfukuza mara kadha wa kadha, alikaidi amri. Aliingia katika kichaka kimoja na kutokea kingine. Alifanya hivyo mara kadha hadi Mzee Ng'iti alipoghairi na kumruhusu ashiriki katika safari hiyo iliyoonekana kuwa ya kipekee.

Simba ni mbwa aliyekuwa na kichwa kigumu.

Wakati mwingine hakutaka kusikia la mwadhini wala la mteka maji Msikitini alipoamua kufanya jambo. Liwalo na liwe, alikuwa ameamua kushiriki katika ziara hiyo kwa lazima. Kwa hakika ukaidi wake ulimsaidia kutimiza lengo lake. Kama mtaka cha mvunguni, Simba aliinamia ukaidi na kufanikiwa kupata alichokitaka. Vivi hivi tu, mbwa huyo angeambulia patupu.

Muda si muda, Simba alijitawaza kuwa kiongozi wa msafara ule. Aliingia kichaka hadi kichaka huku ametoa ulimi wake na meno yake yasiyoumana. Mkia wake ulijikunja na kufanya umbo la "O" kukaidi kazi yake ya kusitiri makalio yake. Mara nyingine aliukunjua na kuutingizatingiza kwa furaha kuu.

Baada ya mwendo wa saa moja u nusu hivi, jua lilianza kuchomoza mashariki. Upepo mwanana ulikuwa unavuma "vuu vuu" na kuifanya miti iyumbeyumbe. Angani, kulikuwa na mawingu kiasi cha haja, ingawa hayakuonyesha dalili zo zote za mvua.

Mzee Ng'iti aliupitisha ujumbe wake katika njia za mkato ambazo alizijua vizuri sana kama kiganja chake cha mkono. Mzee huyu alielewa kila kichochoro kutokana na tajriba yake ya miaka mingi ya kwenda msituni kutafuta dawa za mitishamba. Nao wake wake na Maikara, barubaru wa takriban miaka ishirini na mitatu hivi, walimfuata taratibu kama ng'ombe wanaopelekwa machinjioni.

Muda si muda, kilele cha jabali la Manga kilianza kuonekana upeoni mwa macho. Baada ya kuwa viguu na njia kwa takriban saa mbili u nusu, watu hawa waliwasili katika mapango hayo. Ulikuwa ni wakati wa saa moja u nusu hivi za asubuhi. Wake za Mzee Ng'iti walitua mizigo yao na kuketi chini angalau wapumue na kupumzika. Walikuwa wakihema kutokana na safari hiyo ndefu huku miili yao ikiwa imerowa majasho kwelikweli.

Bila kupoteza wakati, Mzee Ng'iti na Maikara walifungua tita lile la kuni na kuchukua migomba ya ndizi pamoja na kisu kilichokuwa na makali ajabu. Wakaenda hadi nyuma ya kichaka. Wakaitandika chini migomba na kusaidiana kumchinja beberu yule. Waliteka damu yake kwa kutumia kibaba maarufu kilichotengenezwa kwa kutumia ngozi na vijiti maarufu, ekee. Wakati huo wote Simba alikuwa ameketi sio mbali sana na mahali pa shughuli hiyo huku akiurambaramba mdomo wake na kumeza mate ya tamaa kama fisi.

Baada ya kumaliza kazi hiyo, Mzee Ng'iti alianza kazi nyingine ya kuupekecha moto. Hata hivyo, shughuli hiyo ilimtatiza kidogo kutokana na upepo mkali uliovuma na ambao uliuzima moto huo mara kwa mara. Kwa kuwa kinga na kinga ndipo moto unapowaka, hatimaye alifua dafu. Simba naye alizuru mahala palipochinjiwa beberu yule huku akinusanusa na kurambaramba damu kwenye migomba ya ndizi.

Walipomaliza kuchuna ngozi ya beberu yule, waliikatakata nyama ile mapande makubwa makubwa na kuwakabidhi wake wake waichome. Huku nyama ikiendelea kuiva motoni, Ng'iti alichukua kijinga cha moto, akaingia nacho pangoni huku amebeba damu ile kwenye kibaba cha ekee na mgwisho. Pangoni mlikuwa na giza totoro. Hata hivyo, kijinga kile kilichokuwa kinafuka moshi kama gari moshi kilitoa mwanga uliomsaidia kuona, ingawa si vizuri vya kutosha alivyotarajia.

Alipoingia pangoni tu pa, wingu la popo waliokuwa wamefanya mahali hapo kuwa maskani yao walitoka

nje kwa kasi ya umeme huku wakilalamika kwa
ghadhabu kwa kuharibiwa starehe yao ya asubuhi.
Haikosi walikuwa wamewinda usiku kucha na sasa
walikuwa mapumzikoni. Miangwi ya vilio vyao
vilivyojaa malalamiko ilisikika kote mapangoni. Mzee
Ng'iti hakushtuka kwa vyovyote. Alijua kuwa, kama
vile mlio wa vyura hauna uwezo wa kuwazuia
ng'ombe kunywa maji mtoni, milio ya popo hao nayo
haikuwa na athari zozote kwa shughuli alizonuia
kutekeleza katika mapango hayo. Isitoshe, vilio vya
popo hao vilikuwa kama dua la kuku lisilompata
mwewe hata chembe.

Alipofika kwenye eneo la pango alilolitaka, Mzee
Ng'iti aliketi chini na kutumbukiza mgwisho ule
kwenye damu na hatimaye kuimimina katika kila
pembe ya pango lile huku akinuiza:

Engoro, uliyekipa afya kizazi cha Kintu
Engoro, uliyewapa mababu zetu watoto,
Watoto wa jinsia zote,
Wa kike kubingirisha gurudumu la maisha
Wa kiume kuwa warithi,
Wa kike umenipa kwa wingi. Sawa!
Ahsante kwa baraka hizo.
Wa kiume sina hata mmoja. Umeninyima.
Kwa nini?

Mrithi sasa sina, kaburi nalichungulia
Engoro, muumba , jua na mwezi na nyota angani
Kama   kuna   yeyote   bomani   mwangu
aliyekubughudhi,
Wawe ni wake zangu au binti zangu,
Hapa kuna damu, KUNYWA!

Baada ya kuyakariri haya kwa muda wa nusu saa hivi, Mzee Ng'iti alitoka pangoni huku akilikazia jua macho bila hata kuyapepesa na kusimama huku mwili wake umekauka kama mpingo. Alionekana mwenye huzuni huku machozi yakimtoka njia mbilimbili machoni mithili ya ngamia.

Hatimaye, alikwenda moja kwa moja hadi walikokuwa wake zake. Akawaambia wachukue minofu ya nyama iliyokuwa motoni pamoja na madumu ya maziwa lala, halafu wamfuate hadi pangoni. Mzee Ng'iti alitangulia nao wake wake wakamfuata nyuma. Walipokaribia lango la pango, wake hao walionekana kusitasita kuingia kwa sababu ya woga uliosababishwa na giza totoro ndani ya lile pango.

Wakati huo, Maikara alibaki nje huku akiwa amesimama na kuishikilia mikono yake kifuani. Aliajabia sana yaliyokuwa yanatendwa na Mzee Ng'iti. Katika maisha yake, alikuwa hajawahi kuona kafara ikitolewa. Siku hiyo alikuwa na bahati kama mwana aliyezaliwa Ijumaa kujionea jinsi kafara ilikuwa inatolewa kulingana na itikadi za Abagusii. Baadaye, alienda kuweka doria dhidi ya Simba ambaye alikuwa anaonyesha kila dalili ya kutaka kuishambulia nyama iliyokuwa motoni bila idhini.

"Washeni taa ya kibatari haraka," Mzee Ng'iti aliwashauri wake zake alipotambua kuwa walikuwa wakiogopa kumfuata. "Mle ndani mna giza jingi mno,"

"Ala" Mzee Ng'iti alimaka. "Fanyeni hima, wanawake. Hatuna muda mwingi wa kupoteza hapa," Mzee Ng'iti aliwashauri huku akijipangusa machozi kwa viganja vya mikono yake na kupenga kamasi.

Walipoingia pangoni, Ng'iti aliwaambia wapige magoti. Halafu akachukua minofu ile ya nyama na kuitupa katika pembe mbalimbali za pango lile. Akatamka maneno ambayo hayakueleweka huku akiwazungukazunguka wakeze.

Alipomaliza, alichukua kipande cha nyama na

kuwawekea vinywani wake wake huku akiwaambia watafune na kumeza. Wakafanya hivyo. Hatimaye, aliwaambia wainuke na kuto kapangoni kinyumenyume huku wamefumba macho. Wakatii.

Walipofika nje ya pango, Mzee Ng'iti alichukua vibaba viwili vya unga wa wimbi na kupaka nyuso zao huku akikariri maneno yaleyale ambayo hawakuyaelewa hata chembe. Halafu akaumwaga ule uliobaki karibu na lango la pango. Kwisha kufanya hiyo, aliuchukua mkuki wake na kuuchoma ardhini karibu na lango la pango.

Kule nje, Maikara bin Kebabe na Simba waliendelea na shughuli ya kuchoma nyama iliyosalia huku wakimsubiri Mzee Ng'iti akamilishe kafara yake. Naye Alipomaliza, aliwaamuru wake zake waiweke nyama iliyosalia ndani ya kikapu na kuanza safari ya kurudi nyumbani. Kabla ya kufanya hivyo, Ng'iti alimwambia mke wake wa pili kumrusha yule jogoo mweupe pangoni. Punde tu baada ya hatua hiyo, waliondoka mara moja mahala pale bila kuangalia nyuma.

Ingawa safari ya kurudi nyumbani ilikuwa imeanza, Simba alibaki nyuma kupekuapekua mapango kung'wafua minofu ya nyama na kuvunjavunja mifupa kwa meno yake magumu!

3. Wimbo Mpya

MWAKA wa pili ulipokaribia kumalizika tangu Mzee Ng'iti alipofanya kafara kubwa katika mapango ya jabali la Manga, mke wake mdogo, Bochaberi, alikuwa mjamzito. Mzee Ng'iti alikuwa na matumaini makubwa kuwa duru hii, mrithi angezaliwa katika boma lake. Ingawa wahenga walisema kuwa mbeleko haifai kukatwa kabla ya mtoto kuzaliwa, Mzee Ng'iti alikaidi usemi huo wa wahenga na badala yake akaanza kufanya maandalizi ya kumpokea mwana wa kiume ambaye alikuwa amemsubiri kwa miaka mingi.

Mungu hamtupi mja wake. Siku ziliungana zikawa wiki. Wiki nazo zikaungana na kuwa miezi. Miezi tisa ilipokaribia kumalizika tangu Bochaberi kuwa mjamzito, wimbo mpya ulikuwa unakaribia kuimbwa katika boma la Mzee Ng'iti ambaye sasa alikuwa anaendelea kuzeeka kila kukicha.

Siku moja, wakati wa magharibi, Bochaberi alianza kuhisi maumivu ya kutaka kujifungua. Mke mwenzake, Bochere, alikimbia kutafuta usaidizi kutoka kwa Saringi, mkunga mmoja maarufu katika kijiji cha Bogeka.

Saringi alikuwa pande la mwanamke ambaye alitembea kama bata kwa sababu ya ukubwa wake. Alipopashwa habari kwamba kazi ilikuwa imetokea katika boma la Mzee Ng'iti, alibeba vifaa vyake vya ukunga na kuandamana na Bochere kuicheza ngoma aliyokuwa ameicheza kwa miaka mingi. Alikuwa anaheshimika sana katika jamii hiyo kwa mchango wake katika kuwaleta viumbe wapya katika sayari hii iitwayo dunia.

Mkunga alipofika katika boma la Mzee Ng'iti muda mfupi baadaye, alikuta mtoto amekwisha kuzaliwa Alivunjika moyo kwa kukosa fursa ya kuchangia katika kumleta duniani mwana wa pekee wa kiume wa Mzee Ng'iti. Hata hivyo, alijitia moyo kwamba ndivyo ilivyo dunia. Leo unayawahi maji maenge kisimani, kesho unakosa.

"Ulimwengu wetu ni wa pata potea," akawaza huku akibetua mabega yake makubwa.

Huku maandalizi ya kukipokea na kukikaribisha kiumbe kipya katika dunia yenye matamu-machungu yakinoga kila mapito ya sekunde, mawingu meusi angani yalijikusanya harakaharaka. Muda si muda, parakachaparakacha za radi zilianza kusikika. Mvua kubwa ikanyesha kana kwamba ilikuwa inalowesha kurasa za kumbukumbu ya miaka mingi ya kukosekana kwa mtoto wa kiume katika familia ya Mzee Ng'iti.

Kulipopambazuka katika kijiji cha Bogeka, Mzee Ng'iti alikuwa anaimba wimbo mpya. Masaibu na wasiwasi wa miaka mingi ya kumkosa mrithi ulitoweka. Mtoto huyo akapatiwa jina la Sakawa.

Ilivyokuwa desturi, mama mtoto alitoka naye nje ya nyumba jua lilipopasua wingu. Akamshikilia kifuani kwake na kulitazama jua lililokuwa likiamka na kutoa miale ya rangi ya kahawia huku akisema,

"Jua, Erioba nderera omwanone, nilelee mwanangu." Si furaha hiyo? Alhamdulillahi! Mzee Ng'iti akajawa na furaha kama kibogoyo aliyetunukiwa jino. Alitambua kuwa kafara yake haikuwa kazi bure.

Akajiambia kuwa "Upandacho ndicho uvunacho.". Sadaka yake kwa miungu na mababu zake ilikuwa imepokelewa kwa mikono miwili.

Habari zilienea kote kote kuhusu kuzaliwa kwa mtoto wa kiume katika boma la Mzee Ng'iti. Hata hivyo, kitu cha ajabu kumhusu mtoto huyo kilikuwa kwamba, alizaliwa akiwa ameota meno.

Watu wengi waliosikia tukio hilo hawakusita kuja kujionea wenyewe. Wazee kwa vijana, wanawake kwa

wanaume, wote walifika nyumbani kwa Mzee Ng'iti bila kuchelewa kujionea jambo hilo ambalo halikuwa la kawaida. Wahenga walisema kwamba "Mwenye macho haambiwi tazama." Wengi walijionea tukio hilo la pekee na kuhakikisha kuwa kamwe haukuwa uvumi.

"Hili si tukio la kawaida na wala halijawahi kuonekana katika historia ya jamii yetu," akakiri Mzee Nyasende. Mzee Nyasende alikuwa na umri usiopungua karne moja hivi. Aliaminika kuwa mtu mkongwe zaidi katika eneo la Gusii wakati huo.

Kisa hicho kilizua mjadala mkubwa baina ya wazee wa jamii. Huku wengine wakisema kuwa kisa kama hicho kinapotokea ni ishara kubwa kuwa mtoto huyo atakuwa wa manufaa kwa jamii yake, wengine walidai kuwa jambo hilo lilikuwa ni ishara ya mkosi ambao ungeikumba jamii ya Abagusii. Kundi hilo la wazee lilipendekeza kuwa ilifaa mtoto huyo aangamizwe ili kuiepusha jamii na walichokitaja kuwa ni laana kubwa.

Mzee Ng'iti kamwe hakutaka kusikiza maoni ya upande wowote. Alijua wazi kuwa adhabu ya kaburi aijuaye maiti. Miaka mingi ya kulala kwenye kitanda cha kumkosa mrithi ilimfanya kuwajua kunguni wa kitanda hicho. Hivyo basi, watu waliokuwa wakiibuka na madai kuwa mwana aliyezaliwa akiwa na meno aangamizwe kamwe hawakuelewa masaibu aliyoyapitia Mzee Ng'iti kwa miaka mingi. Akayapuuzia mbali.

Kauli za binadamu zikiwekwa kando, ni muda tu ndio ungekuwa hakimu maridhawa kutoa hukumu ya haki iwapo Sakawa alikuwa mtoto wa kawaida.

Kulingana na mila na tamaduni za jamii ya Abagusii, mtoto aliyezaliwa alipatiwa jina punde tu alipozaliwa. Majina waliyopatiwa watoto waliozaliwa yalikuwa ya watu wazuri katika jamii ambao walikuwa wamekwisha kufariki.

Jamii hii iliamini kwamba mtoto aliyepatiwa jina la mtu mzuri aliyefariki bila shaka angekuwa na mienendo na tabia nzuri kama za mtu aliyekuwa na jina hilo wakati wa uhai wake. Ima fa ima, familia

ilikwepa kuwapa watoto wao majina ya watu walioaminika kuwa wachawi, wezi, wenye akili punguani au wazimu kwa misingi ya kuhofia kwamba watoto hao huenda wakarithi tabia hizo.

Orodha ya majina kadhaa ziliwasilishwa wakati wa kumpa mtoto jina. Majina ya watu waliokuwa wazuri wakati wa uhai wao yalitajwa moja baada ya jingine. Mtoto alipopiga chafya baada ya jina fulani kutajwa, lilikuwa ni thibitisho kwamba amelikubali jina hilo. Endapo hakupiga chafya kamwe, shughuli hiyo ilirudiwarudiwa hadi pale alipopiga chafya.

Hivi ndivyo ilivyokuwa wakati wa kumpa jina mtoto wa kiume wa Mzee Ng'iti. Punde tu jina "Sakawa" lilipotajwa, mtoto alipiga chafya mara tatu mfululizo Ilikuwa furaha ilioje! Kina mama waliokuwepo wakapiga vigelegele, aririririri na kufanya hewa ihanikize kwa sauti za furaha kuu.

4. Mafunzo ya Uganga

BAADA ya ndoto ya Mzee Ng'iti ya kumpata mtoto wa kiume ambaye angekuwa mrithi wake kutimia, aliuzika wasiwasi aliokuwa nao awali katika kaburi la sahau. Alianza kupanga moyoni mwake jinsi angemfundisha mwanawe wa kiume wa pekee, Sakawa, taaluma ya utabibu wa mitishamba.

Mzee Ng'iti alimpenda sana Sakawa. Alihakikisha kuwa mwana huyo aliyekuwa kama johari kwake alitunzwa kama yai. Alitunzwa kama mboni ya jicho. Sakawa alikuwa toto lenye afya. Baada ya miezi michache tu, Sakawa alianza kutambaa. Miaka michache ikapita, akawa amekua kiasi cha kuwachunga mifugo wa babake.

Sakawa alianza kuwa na tabia nzuri na za kipekee. Kadiri alivyoendelea kukua, ndivyo alivyodhihirika kuwa mtoto mwenye bidii katika kila jambo lolote alilofanya. Wakati mwingine angeenda vichakani peke yake ambapo alikaa kwa muda mrefu akifikiri na hata kujiongelesha kama mwehu Hakuna aliyeelewa ni kwa nini mtoto chipukizi alipenda kukaa peke yake vichakani na misituni na hata karibu na mito akiwa anawaza na kuwazua kama nabii.

Mwaka baada ya mwingine ulipita naye Mzee Ng'iti akazidi kukonga. Nguvu zikaanza kumwishia. Mtu ambaye awali alikuwa akitembea huku mwili wake ukiwa wima kama wa mwanajeshi wakati amiri mkuu wa jeshi anapokagua gwaridhe, ghafla bin vuu alianza

kuchechemea. Akapinda mgongo na kuchukua umbo
la tao kama upinde wa mvua. Akalazimika pia
kutumia mkongojo matembezini.

Kichwani, nywele zilianza kujiuzulu na kuacha
upara mkubwa utadhani ni jangwa la Sahara. Zile
zilizosalia ziligeuka mvi mweupe pepepe mithili ya
pamba.

Kulikuwa na kila ishara kwamba Mzee Ng'iti
alikuwa amebugia chumvi si haba. Hali hii ilimfanya
kuanza kuangazia kwa kina wazo la kumkabidhi
Sakawa urithi wa taaluma ya uganga na utabibu wa
mitishamba.

Licha ya Sakawa kuwa na umri mdogo, Mzee Ng'iti
alilazimika kuandamana naye kila alipofunga safari
kwenda msituni kutafuta majani, mizizi na hata
magamba ya miti ili kutengeneza dawa za kukidhi
haja za wateja waliotoka sehemu mbalimbali za Gusii
na hata miongoni mwa jamii jirani kuja kutibiwa na
Mzee Ng'iti.

Wakati mwingine, mwana na baba walizunguka
msituni mchana kutwa huku Mzee Ng'iti akiitumia
fursa hiyo kumfundisha Sakawa elimu ya miti
mbalimbali na magonjwa inayoweza kutibu.

"Huu unaitwa omoroka. Majani yake ni mazuri
sana katika kumtibu mtu ambaye ameteguka misuli,"
Ng'iti alimweleza mwanawe.

"Na huu, je?" mwana akahoji.

"Usiuguse huo. Wahisi unavyonuka? Majani yake
yanauma kama nge!" baba akamtahadharisha mwana.

"Na ule, je?"

"Enheee...Ule ni mwarobaini. Ni mti muhimu sana.
Unaweza kutibu magonjwa zaidi ya thelathini,
yakiwemo matende, kifaduro, kichocho, kisukari na
mengine mengi. Tusipoutunza huu, huenda ukapotea

kabisa kwa sababu baadhi ya watu huchuma maganda yake kiholela na kuufanya ukauke," Mzee Ng'iti akafafanua.

"Mizizi ya huu yalika?"

"Hapana! Usithubutu kamwe! Ni sumu kali," Mzee\ Ng'iti akaonya.

Mzee Ng'iti alifurahishwa na jinsi mwanawe alivyopenda kuulizauliza maswali ili kuelewa kila jambo kwa undani zaidi. Ili kuthibitisha kuwa Sakawa alikuwa mwerevu vya kutosha, ilimlazimu Mzee Ng'iti kumpatia mitihani bila yeye kujua. Wakati mmoja alimtuma msituni peke yake mara kwa mara kutafuta dawa za takriban miti ishirini tofautitofauti. Naye Sakawa alifanikiwa kufanya hivyo kwa vile alikuwa mwepesi wa akili. Jambo hili lilimfurahisha babake na kumpa imani kubwa kwake kwamba taaluma zake zitaendelezwa atapotoka duniani.

Labda hii ndiyo sababu iliyomfanya kutaka kumpa mirathi ya taaluma hiyo, kando na kuwa siku zake duniani zilikuwa zinakaribia kumalizika. Kabla ya kufanya hivyo, ilikuwa ni utamaduni wa kila baba kumwelezea mtoto wake wa kiume asili ya jamii ya Abagusii kwa lengo la kusisitiza umuhimu wa kuitunza mirathi hiyo. Jambo hilo lilikusudiwa kuimarisha tamaduni za jamii na kuzipokeza kutoka kizazi kimoja hadi kingine.

Hatua hii pia ingemfundisha kijana huyo chipukizi umuhimu wa kuitunza na kuihifadhi miti kwa misingi ya msemo kuwa "miti ni dawa." Hali hii ingechochea kampeni ya kuihifadhi miti hiyo hasa kwa manufaa ya vizazi vya baadaye.

Mzee Ng'iti pia alimfundisha mwanawe jinsi ya kutambua maradhi mbalimbali yaliyowaathiri watu kutokana na ishara mbalimbali na maelezo kutoka kwa walioathiriwa na maradhi hayo. Kwa kuwa alikuwa mwepesi wa akili, Sakawa alijifunza mengi kutoka kwa baba yake.

5. Asili na Utamaduni wa Abagusii

SAKAWA alipotimu umri wa miaka kumi na miwili, babake alimwandaa kwa mambo ya kiutu uzima. Baada ya kupashwa tohara, Mzee Ng'iti alichukua hatua ya kuwaelezea wanawe wote asili, imani na utamaduni wa jamii ya Abagusii. Enzi hizo, maarifa kuhusu historia ya jamii yalipokezwa kizazi kimoja hadi kingine kwa njia ya masimulizi. Wazazi waliwaelimisha watoto wao kwenye vikao ambapo walizingira moto wakati wa jioni baada ya kumaliza kazi na shughuli muhimu za siku. Mafunzo maalum pia yalitolewa katika vikao maalum vya Gesarate ambapo vijana wa marika mbalimbali walipiga kambi kwa muda.

Kutokana na ujuzi aliokuwa nao maishani, Mzee Ng'iti aliweza kubashiri kwamba katika kila mapito ya kila kizazi, jamii zilikuwa zinapuuzia mbali tamaduni zao za kiasili. Wazee kamwe hawakuwajibika ilivyotakikana kuwafunza watoto wao tamaduni za jamii zao!

Kwa kubashiri kwamba katika siku za baadaye utamaduni asili wa jamii mbalimbali barani Afrika ungeingiliwa na pengine kuporomoshwa na wimbi kali la tamaduni za kigeni, Mzee Ng'iti alijitwika jukumu la kuwahamasisha wanawe na wake wake historia ya jamii na utamaduni wa Abagusii.

Alijua wazi kwamba mwacha mila ni mtumwa. Mzee huyu alikuwa mwona mbali. Kipawa hiki kilimwezesha kubaini kwamba, baadhi ya vijana, hasa baada ya kizazi chake, wangeiga tamaduni za kigeni na kupuuzia mbali zile za jamii zao.

Jioni moja, baada ya familia nzima kujipatia chakula cha jioni, Mzee Ng'iti, wake wake, wanawe wa kike pamoja na Sakawa waliketi wakiuzingira moto. Haikuwa kawaida familia hii kuketi pamoja walivyokuwa wameketi jioni hiyo. Ng'iti alitumia fursa ya kikao hicho kuwaeleza watoto wake asili ya jamii yao na cha muhimu zaidi, utamaduni na imani zake.

"Wanangu," Mzee Ng'iti alizanza. "Ni utamaduni wa tangu jadi wazee kuwaelezea watoto wao asili na utamaduni wa jamii zao," aliendelea huku akisongeza nyuma kidogo kiti chake cha mviringo chenye miguu mitatu kutokana na joto jingi la moto uliokuwa unawaka kwa ghadhabu baada ya mmoja wa wake wake kuuchochea kuni. Wanawe, hasa Sakawa walitega masikio yao ndi na kumkazia macho baba yao. Walikuwa na hamu kubwa kusikia ilikotoka jamii yao.

"Historia ambayo tumeipokea kutoka kwa mababu wa mababu wa mababu zetu, vizazi vingi vilivyopita kwa njia ya masimulizi inatueleza kwamba, hapo zamani za kale, jamii yetu iliishi katika nchi iliyojulikana kama Misri.

"Katika nchi hiyo, jamii yetu ilitawaliwa na kiongozi Mkwasi, mwenye mamlaka makubwa aliyeitwa Kintu. Kintu anadaiwa alikuwa babu wa babu wa babu wa Mogusii. Kintu hakuwatawala Abagusii pekee, bali pia alitawala mababu wa makabila kama vile Maragoli, Waganda, Wakikuyu, Waembu, Wameru na Wakuria," Mzee Ng'iti akasema.

"Ni kwa nini Abagusii walihama kutoka Misri?" akauliza Sakawa ambaye alikuwa ameketi karibu na babake.

"Hilo ni swali zuri sana mwanangu," Mzee Ng'iti alimpongeza huku akikohoa. Kisha akaendelea kusema, "Tunaambiwa kuwa kulizuka ukame ambao uliathiri vibaya mifugo wao. Hivyo basi hali hiyo iliwalazimisha kuhama Misri huku wakiongozwa na Kintu.

"Baada ya kuhama kutoka Misri, walitembea kwa siku nyingi, wakavuka milima na mabonde, wakapasua nyika huku wakivuka mito. Mwishowe, waliamua kutulia katika eneo karibu na mlima unaoitwa Elgon siku hizi, ambapo walikuwa wasasi na wakusanyaji wa matunda ya mwituni. Miongoni mwa wanyama waliosakwa kwa kitoweo ni pamoja na swara, ngiri, paa, choroa na hata ndovu."

"Je, jamii yetu ilitegemea tu uwindaji wa wanyama pori na ukusanyaji wa matunda mwituni kukimu maisha yao?" Nyakerario, dadake Sakawa, akauliza.

"La hasha mwanangu. Walikuwa wafugaji wa ng'ombe, mbuzi na kondoo. Isitoshe, walikuwa wakulima wa wimbi na mpunga," Mzee Ng'iti akaeleza.

"Kwa nini tena waliondoka sehemu ya mlima Elgon?" Sakawa ambaye alikuwa amevutiwa mno na maelezo ya babake kuhusu asili ya jamii yao akauliza.

"Enhee... Baada ya kukaa eneo la Mlima Elgon kwa muda mrefu, idadi yao ilianza kuongezeka kwa sababu watoto walikuwa wanazaliwa na kukua na kuzaa pia. Malisho ya mifugo yao yakawa hayatoshi. Kwa wingi wa watu, ardhi ikapungua. Ugomvi uliotokana na ung'ang'aniaji wa ardhi ya kilimo ulizuka. Wakaamua kulihama eneo hilo kutafuta malisho ya mifugo wao pamoja na ardhi kubwa ya kulima Isitoshe, tunaambiwa kwamba kuna uwezekano kuwa kuhama kwao kulitokana na mashambulizi kutoka kwa makabila kama Wakikuyu, Waembu na Wambeere ambao yadaiwa pia walikuwa wakiishi karibu na Mlima Elgon.

"Tunaelezwa pia kuwa Waembu, Wakikuyu na Wambeere hatimaye nao walihama kutoka eneo la mlima Elgon na kuishi katika eneo la Bonde la Ufa na eneo linalojulikana kama Mkoa wa Kati hivi sasa," Mzee Ng'iti akasema huku akifurahia kimoyomoyo jinsi wanawe walivyokuwa na hamu ya kujua mengi kuhusu jamii yao.

Wake wa Mzee Ng'iti walikaa kimya kwa muda mrefu wakisikiza kwa makini mzee akihadithia. Kwa kuwa kimya kingi kina mshindo mkuu, mzee huyo aliwapa fursa nao wawaeleze watoto hao walikichojua kuhusu historia ya jamii yao.

"Nimefuatilia kwa makini masimulizi ya baba yenu. Nakubaliana na kila alichokwambieni. Labda alichokosa kuwaeleza ni asili ya jina la kabila letu "Abagusii" au "Gusii'," Bochere alisema huku akimtazama mume wake, Mzee Ng'iti, ambaye alitikisa kichwa kuonyesha ishara ya kukubaliana na kauli hiyo.

"Neno 'Gusii' huenda lilitokana na asili mbili. Kwanza, inadaiwa lilitokana na majina 'Gwassi' au 'Kosova' ambapo ni mahali katika upwa wa Ziwa Sango ambalo liligeuzwa jina na Waingereza kuwa Ziwa Victoria. Inaaminika Abagusii walikaa karibu na ziwa hilo kwa muda baada ya kuondoka sehemu ya mlima Elgon. Pili, kuna madai pia kuwa jina hili linatokana na 'Mogusii' ambaye alikuwa mwanzilishi wa jamii ya Abagusii. Mogusii aliishi mwishoni mwa karne ya 16 na alikuwa kilembwe cha Kintu ambaye baba yenu aliwaambia kuwa aliwaongoza Abagusii kutoka Misri," Bochere akasema.

Zamu ya Bochaberi kuwaeleza Sakawa na Nyakerario mengi kuhusu jamii yao ilifika. Alikuwa amesikiza majadiliano hayo kwa muda mrefu. Naye hakupinga lolote lililosemwa. Alichotaka kuongezea ni kipengele cha imani na utamaduni wa jamii hiyo. Bila kusita kwa vyovyote vile akaanza kusimulia.

"Baba yenu na mke mwenzangu wamesema karibu kila kitu kuihusu jamii yetu ila kilichobakia ni kuhusu imani na tamaduni za jamii yetu. Miongoni mwa jamii ya Abagusii, kulikuwa na imani kubwa sana kwa Mungu aliyejulikana kama Engoro. Abagusii waliamini kuwa Engoro aliwasaidia sana wakati walipokabiliwa na matatizo kama vile njaa, maradhi na hata kuwakinga kila waliposhambuliwa na maadui zao. Hadi wa leo, tungali tunaamini kwamba Engoro ndiye aliyeumba mbingu na dunia, mwezi na nyota mbali na kutupatia uhai," akasema Bochaberi.

"Engoro aliishi wapi?" Sakawa akauliza.

Bochaberi alifikiri kwa muda huku akiwa amemkazia macho mumewe, Mzee Ng'iti, kama kwamba alihitaji usaidizi. Swali hilo lilikuwa gumu. Mzee Ng'iti alipotambua hivyo, aliingilia kati mara moja na kusema,

"Wavyele wetu walituambia kuwa aliishi mbinguni, Erioba, karibu na jua," akasema huku akitazama juu. Kila mtu alitazama juu, naye Mzee Ng'iti akaangua kicheko. Wote walitabasamu walipokosa kuona mbinguni.

Huku Mzee Ng'iti akiendelea kucheka kwa jinsi kila mtu alivyotazama juu akitarajia kuona mbinguni alikoishi Engoro, Bochaberi alitwaa tena zamu yake kueleze aliyoyajua kuhusiana na mada aliyoianzisha.

"Mungu, ama Engoro, na binadamu walihusiana kupitia kwa pepo za watu waliokwisha kufariki ambao walijulikana kama Chisokoro. Pepo hao hawana umbo lolote. Ni kama upepo hasa; na wanaishi katika mapango ya jabali la Manga. Manga ndiko tulikowatolea kafara takriban miaka kumi na miwili iliyopita kuwaomba watufungulie milango ya neema ili Sakawa aweze kuzaliwa," alisema huku akimkazia macho Sakawa ambaye alitabasamu kusikia hayo.

Mzee Ng'iti alimkata usemi mke wake kwa kusema,

"Mababu zetu waliofariki zamani na kugeuka kuwa pepo, Chisokoro, kamwe hawawaathiri vibaya watu wa jamii yetu ambao wako hai tulivyo sisi bila sababu. Panapotokea sababu, kwa mfano wale wanaoishi kukosa kuwapa watoto wanaozaliwa majina yao, wao hukasirika na wanaweza kuleta mkosi mkubwa. Kwa mfano, ulipozaliwa, tulikuita 'Sakawa', mojawapo wa majina ya Esokoro. Wao huathiri wale wanaoishi kwa kujitokeza kama mizuka au amarengari kwa yeyote asiyewatimizia matakwa yao, kuleta njaa, magonjwa na hata maafa," Mzee Ng'iti akakariri. Alisisitiza hatari inayoweza kutokea pale ambapo jamii inaasi pepo za mababu zao.

Bochere aliingilia kati na kusema,

"Inapotokea kuwa wale tunaoishi tunaathiriwa na pepo hao, ni lazima hatua ya dharura ichukuliwe mara moja. Mganga, ama Omoragori, ndiye mwenye uwezo wa pekee wa kubashiri matakwa ya mababu na kutoa maagizo kuhusu aina ya kafara au sadaka wanayohitaji ili kupoza hasira zao dhidi ya wanaoishi," akasema.

"Tutajuaje kuwa mababu zetu wametukasirikia?" Sakawa akauliza.

"Swali zuri sana mwanangu. Kila mababu zetu wanapokasirishwa nasi, utawaona wanyama adimu wakionekana kama vile chatu na bundi ambaye hutoa kilio cha kuogofya. Katika jamii nyingi za Kiafrika, bundi ni ndege anayehusishwa na bahati mbaya au

mkosi," Mzee Ng'iti akamfafanulia Sakawa.

"Je, Mogusii alikuwa na watoto wowote?" akauliza Nyakerario.

"Ah...eeh ndio. Inadaiwa kuwa alikuwa na watoto sita wa kiume. Walijulikana kwa majina ya Nyaribari, Ochoge, Girang'o, Obasi, Getutu na Monchari. Hawa bila shaka ndio waanzilishi wa koo mbalimbali miongoni mwa Abagusii. Nyaribari alianzisha ukoo wa Nyaribari. Ochoge alianzisha ukoo wa Machoge. Obasi akaanzisha ukoo wa Basi huku Getutu akianzisha ukoo wa Kitutu. Ukoo mwingine ni ule wa Wanjare ulioanzishwa na Monchari. Pia Mogirango alianzisha ukoo wa Bogirango. Kuna takriban koo sita miongoni mwa Abagusii," Ng'iti alieleza kwa ufasaha.

Baada ya maelezo hayo yaliyofana sana, Sakawa na dadake walionyesha nyuso za kutosheka na maelezo hayo. Walinufaika na taarifa nyingi kuhusu tamaduni, mila, itikadi na imani za jamii yao. Bila shaka, nao waliahidi kuyahifadhi masimulizi hayo ili kuvifaidi vizazi vya baadaye.

Kila mtu alionekana kuwa mchovu. Wana na wazazi wakapigiana kwaheri na kutakiana usiku mwema. Kila mtu akaenda kitandani mwake kumenyana na usingizi.

6. Kifo cha Mzee Ng'iti

MIAKA ilizidi kuyoyoma. Mzee Ng'iti aliyekuwa ametimiza umri wa takriban miaka tisini hivi alianza kusalimu amri ya maumbile. Maradhi yalianza kumshambulia ghafla bin vuu. Licha ya kuwa mwamba wa mitishamba, Mzee Ng'iti hakuweza kujitibu, kwani chambilecho wahenga, mganga hajigangi, huganguliwa na mganga mwenzake. Kwa bahati nzuri, Ng'iti alikuwa amempokeza, Sakawa maarifa na ujuzi wa taaluma ya utabibu na falsafa ya utamaduni wa Abagusii. Sakawa alijitahidi kumkimu babake kwa hali na mali katika uzee wake. Hawakukosea wahenga waliposema kuwa mwana wa mhunzi asiposana huvukuta. Ilikuwa ni zamu ya Sakawa kumtibu babake.

Sakawa alianza kuwa kiguu na njia. Ziara za kwenda msituni mara kwa mara kutafuta dawa ambayo ingemponya babake zikaongezeka siku baada ya nyingine. Jitihada haiondoi kudura. Maradhi yaliyomvamia Mzee Ng'iti yalikuwa hayasikii kinga wala kafara. Kila uchao, afya ya mzee huyo ikazidi kudhoofika. Macho yakamwingia ndani. Akakonda kama ng'onda na mwili wake kunyong'onyea kama mkufu. Mguu mmoja ulikuwa kaburini huku mwingine ukiwa duniani. Maskini Mzee Ng'iti alikuwa si hayati si mamati.

Sakawa hakukata tamaa! Alizidi kutafuta njia ya kumponyesha babake. Siku moja, Sakawa alirauka hata kabla ya jimbi wa kwanza kuwika. Alishika njia kwenda katika msitu uliokuwa mbali sana na nyumbani kwao akiwa na lengo lile lile la kuyaokoa maisha ya babake.

Alizunguka msituni mchana kutwa akiitafuta malighafi ya kutengenezea dawa hiyo bila mafanikio yoyote. Ilipotimia alasiri hivi, Sakawa akawa amechoka sana. Jua lilikuwa kali sana siku hiyo kuliko kawaida. Lilichomoza miale kwa hasira kana kwamba lilikuwa linaadhibu viumbe duniani.

Kutokana na hali ya uchovu iliyomghubika Sakawa, kama giza la usiku wa manane, kijana huyo aliamua kuketi chini ya kivuli cha mti angalau apumzike kabla ya kushika njia kurudi nyumbani.

Alijawa na huzuni kila alipofikiria jinsi maradhi yalivyomkaba babake. Haya maradhi, hayakumpa nafasi usiku wala mchana! Aliogopa kitakachotendeka kama babake angewezwa na hayo maradhi na kuaga dunia.

Muda mrefu haukupita tangu Sakawa alipoketi kivulini. Alianza kunyemelewa na usingizi wa mang'amung'amu. Alikuwa nusu kaamka na nusu kalala. Katika hali hii, alisikia sauti ya kutisha ikiimba kutoka mbali. Akahisi kama kwamba ilikuwa ni ndoto. Wimbo wenyewe ulienda hivi:

Alfajiri uliamka, msituni ukajitoma
Dawa ukaisaka, maradhi kuyachoma
Na sasa umechoka, kivulini umefichama
Enenda mwana enenda, haraka rudi nyumbani

Ghafla akagutuka na kuangalia juu ya mti huo uliokuwa unampa kivuli. Macho yake yakakutana na ya ndege mweusi tititi kama mpingo, mwenye uso wa

mviringo na macho makubwa kama gololi. Kisha ndege huyo akaukariri wimbo huo mara mbili mfululizo.

Wazo likamjia Sakawa mara moja kwamba lazima ndege huyo alikuwa ni bundi. Alikumbuka jinsi yeye na dadake, Nyakerario, walivyowahi kuelezwa na wazazi wao kuwa kuonekana kwa ndege huyo, au chatu wakati wa mchana, ilikuwa ishara ya kutokea kwa jambo baya au ni mkosi Panapo moshi hapakosi moto na dalili za mvua ni mawingu, Sakawa aliwaza kimoyomoyo.

Moyo ulianza kumwenda kasi kama kwamba

ulitaka kupasua kifua chake na kutoka nje! Uchovu ulimwisha ghafla. Akasimama twa! Akajikung'uta na kunyoosha viungo vya mwili wake. Akafululiza kwenda nyumbani.

Alikuwa nusu anakimbia, nusu anatembea. Alipokuwa umbali wa kilomita moja hivi kutoka nyumbani kwao, alisikia vilio. Alishangaa kwa vile havikuwa kawaida bomani mwao. Mbiu ya mgambo inapolia, jua kwamba kuna jambo.

"Je baba yukoje? Amefariki? Yu hali mahututi?" Fikra mchafukoge zilimtawala Sakawa. Akajipata anakimbia kama swara huku akihema na kutiririkwa na jasho mwili mzima. Jasho hilo lililowesha ngozi yake aliyoipitisha begani na kuifungia kiunoni utadhani ni morani wa Kimaasai.

Hatua kadhaa kutoka alikokuwa, Sakawa aliona umati wa watu nje ya nyumba yao. Wasiwasi ukazidi kumpanda. Punde tu alipofika nyumbani, hakuuliza chochote. Aliongozwa moja kwa moja na mzee mmoja hadi alikolazwa babake, Mzee Ng'iti.

Mwana na babake waliachwa faraghani. Wakakaziana macho bila kuambiana chochote. Sakawa alikuwa akihema kama mkimbiaji wa mbio za masafa marefu. Akajifuta majasho kwa kutumia kiganja chake cha mkono wa kushoto. Halafu akamsogelea baba yake na kumpapasa uso huku machozi yakimlengalenga.

Mzee Ng'iti alionekana mnyonge lakini mtulivu. Alitoa tabasamu iliyoonyesha kuwa alipata liwazo la aina fulani kumwona mwanawe wa kiume wa pekee aliyempenda sana. Alifungua kinywa kusema jambo fulani lakini akabakia kumung'unyamung'unya maneno. Sakawa alilazimika kutega masikio yake kwa makini ili apate kusikia alichokuwa anasema

babake.

"Mimi nimekamilisha s-sa-ssssafafari ya-yaaangu ulimwenguni, wass-ssia wa-waaangu ni huu, wewe ni-ni mtoto mwerevu, wa-waongoze waatu weeetu Lakiini, laki ki-ni, jihadha-dhari na ku-kuundi fula fffulaani la wazee waliotaaka uangammizwe punde tu ulipoza-zaliwa... ati kwa saba.... sababu ulizaliwa ukiwa umeota meno... kwaheri!" Mzee Ng'iti alifunga macho yake na kulala. Hakuwahi kuamka tena!

Kuona babake amefariki, Sakawa aliangua kilio kwa uchungu, kilio kilichowashitua waliokuwa nje ya chumba cha babake. Walijua kuwa walilokuwa wamelitarajia tangu Mzee Ng'iti aliposhikwa na maradhi, lilikuwa limetokea. Kifo cha mzee huyu kilikuwa pigo kubwa kwa familia yake na wengi walionufaika na taaluma yake ya utabibu.

Siku chache baadaye, Mzee Ng'iti alizikwa kwa taadhima kuu huku watu kutoka matabaka na makabila mbalimbali wakijitokeza kuomboleza kifo chake.

Kufariki kwa Mzee Ng'iti kuliacha pengo kubwa katika familia yake mithili ya pengo litokeapo wakati sura nzima ya kitabu inaporaruliwa.

Lakini cha muhimu ni kwamba hakufa na maarifa ya utabibu aliyomiliki. Alikuwa amemrithisha mtoto, Sakawa, maarifa hayo. Naye kijana Sakawa alikuwa tayari kuyatumia kwa minajili ya manufaa ya watu wa jamii yake na wa makabila mengine. Gurudumu la taaluma hiyo likawa halijakwama bali lingeendelea kuzunguka.

7. Fumbo Lafumbuliwa

BAADA ya kukunjwa tanga, Sakawa aliamua kusahau yaliyopita, kwani yaliyopita si ndwele. Lengo lake kubwa lilikuwa ni kuganga yaliyokuwa mbele yake hasa kwa kutumia ushauri na mirathi aliyopokezwa na marehemu baba yake kwa manufaa ya jamii yake na jamii nyingine. Licha ya kuwa na umri mdogo, Sakawa alikuwa mwerevu na aliyependa kujifunza mambo mengi. Alipenda kuulizauliza maswali kwa lengo la kuelewa kila jambo kwa kina.

Alikuwa na bidii za mchwa katika kila jambo alilolifanya. Alitoweka nyumbani kuelekea msituni ambapo aliketi huku akifikiria sana kuhusu maneno aliyoambiwa na baba yake muda mfupi tu kabla ya kukata roho.

Hakuelewa kinagaubaga alichomaanisha baba yake alipomwambia, "Mimi nimekamilisha safari yangu ulimwenguni, wasia wangu ni huu: Wewe ni mtoto mwerevu, waongoze watu wetu. Lakini, jihadhari na kundi fulani la wazee waliotaka uangamizwe punde tu ulipozaliwa ati kwa sababu ulikuwa umeota meno. Kwaheri!"

Maneno haya ya marehemu baba yake yalimfanya afikirie sana na kupanga mpango wa kusaka ukweli wake. Wahenga walisema, fumbo mfumbie mjinga, mwerevu ataling'amua. Sakawa alifanya kila aliloweza kutegua fumbo hili la marehemu baba yake.

Ziara zake msituni ziliongezeka sana kwa sababu

Sakawa alikwenda kutafuta dawa ili kukidhi haja ya wateja wake wa mbali na wa karibu waliozuru nyumbani kwao kuhudumiwa kimatibabu.

Sakawa alianza kutia fora na kujulikana sana katika kila pembe ya jamii yake na hata miongoni mwa makabila mengine. Watu walianza kuwa na imani kubwa naye hivi kwamba, kulipotokea matatizo makubwa kama vile ukame, maradhi na njaa, watu walimwendea kwa ushauri. Kila uchao, sifa za Sakawa zilizidi kusambaa kotekote. Akawa anaheshimika sana kuliko hata baba yake.

Ole wake! Sakawa hakujua kwamba sifa zake zilikuwa zimeanza kuibua maadui katika jamii yake. Kulikuwa na mikakati ya chini kwa chini, njama, iliyofanywa na kikao fulani cha wazee ambao walimwonea gere. Kisa na sababu?

"Inawezekanaje mtoto aliyezaliwa hivi majuzi akapata sifa na kuwa mshauri mkuu katika jamii?" Waliuliza kwa hasira.

Sababu walizotoa wazee hao kumpinga Sakawa ilikuwa kwamba, kwanza, alikuwa kijana mdogo ambaye hakuwa na tajriba yoyote maishani. Pili hakuwa na mvi wowote kichwani. Wazee hawa hawakuelewa kuwa akili ni nywele, kila mtu ana zake! Walikuwa na mvi, lakini Sakawa alikuwa amekirimiwa hekima ingawa hakuwa na mvi kichwani.

Isitoshe, wazee wengi walikuwa wametumia kisingizio cha mvi kwa muda mrefu kuwanyima vijana chipukizi fursa ya uongozi katika sekta mbalimbali za jamii. Sakawa aliwadhihirishia wazi kuwa hata vijana wenye umri mdogo wangeweza kutoa ushauri ambao ungekuwa wa manufaa kwa jamii.

Wazee hao pia walimchukia Sakawa kwa sababu daima alisema ukweli ambao uliwachoma kama mkuki. Walivyosema wahenga, mkuki kwa nguruwe, kwa binadamu mchungu! Sakawa akawa hapendwi na baadhi ya wazee katika jamii yake.

Katika kipindi kimoja kulitokea msururu wa majanga ya ukame na njaa katika jamii. Sakawa aliwaambia watu waliokwenda kutafuta ushauri kutoka wake kwamba Engoro alikuwa amekasirikia jamii nzima kwa sababu ya kutozingatia tamaduni zao ilivyopasa.

"Wengi wa wazee kati yenu kamwe hamtoi kafara

kwa mababu zetu," akaonya Sakawa.

Wazee hao hawakufurahishwa na maneno hayo. Walimwona Sakawa kuwa ni mwendawazimu na mtovu wa nidhamu asiyewaheshimu. Badala ya kuzingatia onyo lake, uhasama kati yao na Sakawa ukawa maradufu. Wakataka wamuangamize kwa kukodisha majambazi wamshambulie Sakawa katika makazi yake wakati wa usiku.

Kuta zina masikio ati! Sakawa alipata fununu kuhusu njama hiyo. Aliipasha habari familia yake na wote wakatorokea kijiji jirani cha Mwamosioma ili kutoa maisha yao hatarini. Majambazi walipofika nyumbani kwa Sakawa kumwua, waliambulia patupu. Badala yake waliteketeza nyumba katika boma zima la marehemu Mzee Ng'iti. Kisa hicho ndicho kilichomtegulia Sakawa fumbo la marehemu babake alipomshauri ajihadhari na kundi fulani la wazee.

Uadui kati ya Sakawa na wazee hao haukumtisha wala kumkatisha tamaa kamwe. Alikuwa na ujasiri wa kuikosoa jamii yake pale ilipostahili. Jambo lililomkera zaidi ni vita vya mara kwa mara kati ya koo za Kitutu na Wanjare. Sakawa alionya kwamba vita hivyo vya wenyewe kwa wenyewe viliifanya jamii yake kuwa dhaifu na hivyo basi kuwezesha makabila jirani ya Waluo, Wakipsigis na Wamaasai kuwashinda vitani kwa urahisi.

"Mbona hamtaki kuelewa kuwa umoja ni nguvu na utengano ni udhaifu?" Sakawa akauliza.

Alipotambua kuwa baadhi ya wazee walipuuzia mbali ushauri wake kwa sababu alikuwa na umri mdogo, alitoa onyo jingine kwa watu wa jamii yake. Alinena kuwa wangekumbwa na janga la njaa endapo hawangetii ushauri wake. Alibashiri kuwa nchi yao ingeshambuliwa na wingu la nzige ambao wangeharibu mimea yote na hivyo basi kuzuka kwa baa kuu la njaa.

Wapinzani wake walimwona Sakawa kuwa mwotaji ndoto wakati wa mchana. Wakamwita msaliti,

mzandiki na wazimu mkuu. Katika moyo wake,
Sakawa alijua kuwa, asiyesikia la mkuu, hatimaye
huvunjika guu. Makuu yalikuwa yanakuja. Na pia
lisemwalo lipo; kama halipo liko njiani kuja!

8. Janga Kuu

MIAKA mitatu ilipita kabla ya utabiri wa Sakawa kutokea kuwa kweli. Wingu kubwa la nzige lilishambulia ardhi yao na kula mimea yote mashambani. Mwaka uliofuata kiangazi kikaandama. Inasemekana kwamba ardhi ilikauka hivi kwamba mamia ya wanyama wa msituni na hasa ndovu walitangatanga ovyo kutafuta malisho na maji. Hali hii ilisababisha janga kuu la njaa.

Njaa hii ilikuwa kubwa hivi kwamba watu walianza kula majani ya mti wowote walioweza kufikia. Hadi wa leo wazee huzungumzia njaa hiyo iliyoitwa Amakongiro. Mbali na njaa, magonjwa yalishambulia mifugo wa Abagusii. Njaa hii ilizua dhiki na mateso makubwa kwa akina mama ambao walilazimika kuuza watoto wao kwa jamii za Wakipsigis na Waluo ili kuokoa maisha ya watoto hao.

Wamaasai na Wakipsigis kwa upande mwingine walizidisha juhudi zao za kuwapokonya Abagusii mifugo wao. Jamii ya Abagusii kamwe haingeweza kujilinda kutokana na mashambulizi ya mara kwa mara dhidi yao kwa sababu ya kudhoofishwa na baa hilo la njaa.

Ilipotokea kuwa utabiri wa Sakawa ulikuwa Umetimia, waliokuwa wanampiga vita kijana huyu waliamua kumtafuta ili kufanya suluhu naye. Ni kweli walivyosema wahenga kwamba fahali akivunjikia guu malishoni, hujikokota zizini kusaidiwa. Wazee

hao wakiongozwa na mzee Ogaro walimwendea
Sakawa na kumsihi awape suluhisho kuhusiana na
mikururo ya shida na maafa yaliyokuwa
yakiwakumba usiku na mchana.

"Maelfu na maelfu ya mifugo wetu wamekufa.

Watoto wetu wengi wameuzwa kwa jamii nyingine. Watu wetu wanakufa kutokana na njaa, magonjwa na mikuki mikali ya Wakipsigis. Je, Engoro na mababu zetu wanataka kabila letu liangamie?" wazee hao walilalamika.

"Nilipowaambia kuwa haya yatatokea, mlitia masikio yenu nta, mkadai nimegeuka wazimu, mwotaji ndoto wakati wa mchana. Mnakumbuka?" Sakawa aliuliza.

Wazee hao waliangalia chini kwa aibu kubwa. Wengine walitaka ardhi ipasuke na kuwameza hata wakiwa hai. Majuto kweli ni mjukuu, na baadaye huja kinyume, ndivyo wahenga walivyosema. Laiti wangalimsikiliza Sakawa bila kuzingatia umri wake mdogo, wasingalikumbwa na masaibu haya!

"Nendeni kwenu. Nipeni hadi kesho nitafakari hatua inayofaa kuchukuliwa," Sakawa aliwaambia.

Mzee Ogaro na kundi lake walipoondoka, Sakawa alikusanya vifaa vyake vya uganga na kutokomea msituni karibu na jabali la Manga alikokaa usiku kucha kuwasiliana na mababu zake. Kundi hilo la wazee liliporejea nyumbani kwa Sakawa siku iliyofuata, waliandamana na Sakawa hadi kwenye makaburi ya mababu zao, mzee Oisera na mzee Nyakundi ambapo walitoa kafara.

Mbali na kafara hiyo, Sakawa aliwashauri daima wawe wakizingatia mila na tamaduni za jamii yao. Vilevile aliwashauri wawe wakiwatolea mababu zao kafara mara kwa mara ilivyokuwa desturi ya vizazi vilvyopita.

Siku hiyo, mvua ya ajabu iliyoandamana na parakacha parakacha za ngurumo za radi ilinyesha. Baadhi ya wazee walikumbuka tena kwamba, mvua kubwa kiasi hicho ilishuhudiwa wakati Sakawa alipozaliwa. Kwa muda wa miaka minne iliyofuata, kulikuwa na mavuno mengi ya vyakula. Kila familia ilijaza maghala yake kwa mazao ya mawele, wimbi, mtama na hata mihogo. Msamiati "njaa" ukazikwa katika kaburi la sahau.

Wazee walipotambua kuwa maarifa na werevu wa Sakawa vilikuwa vya manufaa kwa jamii nzima, walimteua mara moja kuwa mshauri mkuu wa wazee. Hatua hii ilikiuka madai duni kuwa wazee wenye mvi pekee ndio waliokuwa na hekima.

* * *

Sakawa alifungua sura mpya ya uongozi katika jamii yake kwa kudhihirisha kwamba, ingawa alikuwa na umri mdogo, kipawa alichokirimiwa kilikuwa cha manufaa kwa jamii hiyo. Wazee wakawa wanatafuta ushauri kutoka kwake mara kadha wa kadha akiwa katika wadhifa huo.

Sakawa alijenga makao nje ya boma la marehemu baba yake, ambapo alianza kuihudumia jamii yake kama mshauri mkuu wa wazee. Umaarufu wa Sakawa uliendelea kuongezeka kila ulipokucha. Wakati mmoja, watu wa ukoo wa Mugirango walijipata mashakani kutokana na mashambulizi ya mara kwa mara kutoka kwa Isiria Maasai. Wazee wa ukoo huo waliteua ujumbe ulioongozwa na mzee Nyabwanga Omingo kwenda kutafuta ushauri kutoka kwa Sakawa.

Walipofika kwake walimpata ameketi chini ya kivuli cha mti nje ya nyumba yake. Alikuwa amekalia kigoda cha mviringo cha marehemu babake ambacho kilikuwa na miguu mitatu. Mkononi alikuwa na mkongojo wake umbo la nambari "1" pamoja na mgwisho.

"Shikamooni," Sakawa akawaamkua wazee hao kwa heshima huku akiwaonyesha mahali pa kukaa.

"Marahaba, mwanetu," wakamjibu huku wakiketi.

"Habari za mtokako?"

"Kwetu hakukaliki. Vita vimechacha kutwa kucha. Hatupati hata lepe la usingizi," akajibu mzee mmoja aliyekuwa na mvi mweupe pepepe kama theluji kichwani mwake.

55

"Isiria Maasai wametugeuza ngoma. Hatuna amani kamwe," Mzee Nyabwanga akaongezea.

"Kwa hivyo?" akauliza Sakawa.

"Kwa hivyo tunataka ushauri kutoka kwako kuhusu jinsi tunavyoweza kukabiliana na maadui wetu hao," akajibu Mzee Nyabwanga.

Sakawa alisimama polepole na kwenda pembeni mwa nyumba yake. Alionekana mwenye mawazo mengi. Wakati mwingine alijisemea peke yake. Punde si punde, akarejea kikaoni na kuchukua mahala pake. Wazee wale walikuwa wanasubiri kauli yake kwa hamu na ghamu.

"Rudini makwenu mkamtafute mbuzi mweusi mwenye titi moja. Mkisha kumpata, mumzike angali hai. Pindi mkifanya hivyo, daima mtawashinda adui zenu kila wakati," Sakawa akashauri.

Wazee wale walipigwa na mshangao kusikia hayo. Walifikiri kwamba Sakawa alikuwa amerukwa na akili kuwapa ushauri wa aina hiyo. Wazee hao hawakuwa na njia nyingine bali kutimiza walivyoshauriwa na Sakawa. Walirejea nyumbani na kuanza kumsaka mbuzi mwenye titi moja. Walimtafuta mbuzi huyo kwa udi na uvumba miongoni mwa mifugo waliofugwa katika koo sita za jamii ya Abagusii. Walizunguka Machoge, Kitutu, Nyaribari, Bonchari, bila mafanikio yoyote. Walipokaribia kukata tamaa, walipashwa habari kuwa mbuzi wa aina hiyo alikuwa amepatikana katika ukoo wa Bobasi. Ilikuwa vigumu kumpata mbuzi huyo kutoka kwa ukoo wa Bobasi kwa sababu koo zenyewe hazikuwa na umoja. Kila ukoo ulijiona bora kuliko mwingine. Ukoo wa Mugirango ulilazimika kutoa fahali wawili ili kumpata mbuzi huyo adimu.

Baada ya kumpata mbuzi huyo, wazee wa ukoo

wa Mugirango walimtoa kafara jinsi walivyoshauriwa na Sakawa. Walimzika mbuzi huyo akiwa bado hai. Walipokwenda vitani dhidi ya Wamaasai katika vita vya "tusikosee," Ntomocha, walipigana kwa bidii na kutwaa ushindi mkubwa. Kwa miaka michache iliyofuata Wamaasai hawakuwa na ujasiri tena wa kuwachokoza watu wa Mugirango.

9. Umoja ni Nguvu

KILA ulipokucha, sifa za Sakawa zilizidi kuimarika. Watu wengi, wakiwemo wazee wa koo zote za Abagusii, walitambua kuwa dawa ya mitishamba aliyotoa kutibu maradhi mbalimbali na ushauri wake vilikuwa vya manufaa makubwa.

Ilipobainika kuwa ushauri wake kwa watu wa ukoo wa Mugirango uliwapatia ufanisi mkubwa kwenye vita vyao dhidi ya Wamaasai, mzee mmoja kutoka ukoo wa Kitutu, Gori Kimaiga, aliongoza ujumbe mwingine hadi Seusi, nyumbani kwa Sakawa.

Lengo la ziara hii lilikuwa ni kujadili kwa marefu na mapana kuhusu uharibifu na "uchokozi" wa miaka mingi uliofanywa na jamii ya Wakipsigis ambao walikuwa majirani zao.

"Tutafanya nini kuhakikisha kwamba makao yetu, watoto wetu, mali yetu inakuwa salama wakati tunaposhambuliwa na Wakipsigis?" wazee wa ukoo wa Kitutu wakamwuliza Sakawa.

Sakawa hakuwa mtu wa kupapia mambo. Katika umri wake mdogo, alipenda sana kufanya uchunguzi kuhusu matatizo yaliyokuwa yanaikabili jamii yake. Yamkini aliyafanya haya wakati alipokuwa peke yake msituni ambapo alitumia muda mwingi kufikiri na kutafakari kuhusu masuala mbalimbali na changamoto zilizoikumba jamii yake.

Alitambua wazi kuwa, tatizo kubwa lililoikabili jamii yake lilkuwa ni ukosefu wa umoja miongoni mwa koo za Kitutu, Wanjare, Mugirango na Nyaribari na Bobasi. Mzee Kimaiga na wazee wenzake walijawa na wasiwasi kuwa, endapo Abagusii hawangejihadhari, Wakipsigis wangewashinda vitani na hivyo basi kuwapokonya ardhi. Ilivyokuwa ni kwamba kati ya makabila mawili yoyote yaliyozozana, kabila lililoshindwa vitani lililazimika kusonga mahali pengine na hivyo basi ardhi waliyokalia kutwaliwa na washindi kwenye mzozo huo.

Baada ya kusikiliza malalamiko kadha wa kadha na hofu miongoni mwa koo hizo, Sakawa aliamua kuitisha mkutano mkubwa uliojumuisha koo hizo zote. Siku chache baadaye, wazee kutoka koo za Mugirango, Kitutu, Machoge, Nyaribari na Bobasi walifika nyumbani kwa Sakawa kuhudhuria mkutano wa kipekee ambao ulikuwa haujawahi kufanywa. Kwenye kikao hicho cha pamoja, Sakawa alisikiza maoni mbalimbali ya wazee hao kutoka pembe zote za Gusii.

Hatimaye, alikata kauli kwa lugha ya heshima kwa wazee wale iliyojaa hekima na ufasaha.

"Wazee wangu, kidole ni sehemu ndogo ya mwili, lakini mnajua kuwa kidole hicho kinapojikwaa mwili mzima unahisi maumivu. Sivyo?"

"Ndio," wazee wakajibu kwa pamoja.

"Kwa hivyo, baada ya kusikiliza maoni yenu kwa makini, nimegundua tatizo moja sugu miongoni mwa koo zetu. Udhaifu huo ni kuwa hatuna umoja. Kila ukoo unajiona bora kuliko mwingine. Ukoo wa Bomachoge unajiona bora kuliko Bobasi. Ukoo wa Mugirango unajiona bora kuliko ukoo wa Kitutu. Hamjui kuwa umoja ni nguvu na utengano ni

udhaifu?" Wazee wakatikisa vichwa kwa kukubaliana barabara na kauli hiyo.

"Pili, hatuna jeshi letu linaloweza kutulinda pindi kunapotokea mashambulizi ya ghafla. Kwa hivyo, ninapendekeza kuwa tubuni jeshi letu la Chinkororo. Vijana chipukizi wapatiwe mafunzo ya kutumia amatimo, mikuki, pinde na mishale, ngao, chinguba, kombeo, chinduruche miongoni mwa silaha..." wazee wakamkata usemi kwa hoihoi, vifijo na nderemo za shangwe.

Baada ya wazee kutulia, Sakawa aliendelea, "Tatu, tukae chonjo kila mara. Pindi tu adui wa kabila jingine anapoonekana kwenye ardhi yetu, mbiu ya mgambo, egetureri, iwe ikipigwa mara moja nalo jeshi letu lijitokeze mara moja kukabiliana nao. Kuna swali kufikia hapa?"

Mzee mmoja aliinuka na kusema,

"Sakawa bin Ng'iti, kijana uliyezaliwa hivi majuzi ukiwa ameota meno. Radi zilipasuka ulipozaliwa na wengi wetu tulijua kuwa hukuwa mwana wa kawaida kama watoto wengine. Sivyo wazee wenzangu?" akauliza huku akikohoa na hatimaye kutema kohozi la manjano lililokuwa zito kama kamasi.

"Eeeeeh! Hayo ni kweli kabisa," wazee wakaitikia kwa pamoja.

"Enhee... Ningetaka wale wazee waliokuwa katika msitari wa mbele kufanya kampeni za kutaka Sakawa aangamizwe katika utoto wake wajitokeze hadharani, waombe msamaha papa hapa."

Kimya.

"Ninarudia tena. Nawaomba wale waliofanya kampeni na kupelekea kuteketezwa kwa makao ya marehemu mzee mwenzetu, Ng'iti, wajitokeze na kuomba msamaha hadharani."

Kimya. Wazee wengi waliangalia chini kwa aibu kubwa.

"Mbona kimya jamani? Mtu atajapo mifupa mikavu kama kibanzi cha ukuni mbele ya ajuza, ajuza huyo hujipata mashakani. Mliyavulia maji nguo, sasa hamna budi kuyaoga. Wakati wa kumwuma jongoo kwa meno umefika. Hii ni fursa ya kipekee ya kumwomba Sakawa msamaha kwa maovu mliyomtendea," mzee huyo akakariri.

Sakawa aliyekuwa akisikiliza usemi wa mzee huyo kwa makini alisimama na kuingilia kati kwa kusema,

"Wazee wangu, kilichoko ni kusahau yaliyopita na badala yake kutatua matatizo yaliyo mbele yetu. Mimi niko tayari kufanya suluhu na nyinyi, wakati unaofaa – lakini si sasa. Kwa sasa, tupange mbinu za kukabiliana na adui zetu ambao wamekuwa wakituhangaisha."

Wazee walitingiza vichwa kwa kukubaliana kwa kauli moja na maoni ya Sakawa. Kisha Sakawa akaketi.

Mzee Kimaiga kutoka ukoo wa Kitutu alisimama na kuuliza,

"Tunavyojua ni kwamba Sakawa amedhihirisha kuwa na kipawa cha utabiri. Je, unaweza kutuambia Wakipsigis watakapotushambulia ili tujitayarishe kukabiliana nao?"

Punde alipomaliza kuuliza swali hilo, wazee wenzake walisonya.

"Tafadhali wazee wangu mzisonye. Kila mtu ana haki ya kuuliza chochote hapa, kiwe kizuri au kibaya, liwe swali zuri au la upuuzi – anastahili heshima zake. Jibu kwa swali la mzee huyu ni kwamba ni vyema tuwe tukikaa chonjo kila wakati na kutarajia shambulizi kutoka kwa maadui zetu wakati wowote ule." Wazee wakampigia makofi.

10. Vita vya Saosao

PENDEKEZO la Sakawa kuhusu kubuniwa kwa kundi la vijana la jeshi la kijamii au Chinkororo ili kulinda jamii ya Abagusii lilikaribishwa kwa mikono miwili. Akisaidiwa na mzee Omweno Saka ambaye pia alikuwa mganga maarufu katika ukoo wa Bomachoge, Sakawa aliwateua vijana mbalimbali kutoka koo zote za jamii ya Abagusii na kuwapatia mafunzo ya vita.

Kabla ya kijana yeyote wa kiume kuruhusiwa kujiunga na kundi hilo la Chinkororo, alihitajika kutimiza masharti fulani. Miongoni mwa masharti waliyoweka Sakawa na mzee Omweno Saka ni kwamba, uliposhikwa na adui, ulifaa kushikamana peke yako. Haukufaa kamwe kutoa siri yoyote kuhusu wanachama wengine wa kundi hilo.

Aidha, yeyote aliyejiunga na kundi hilo hasa kwa hiari yake alikuwa anaingia kulihudumia milele. Hakuruhusiwa kuondoka, pengine abanduliwe na mauti. Sharti la mwisho la kujiunga na kundi hili lilikuwa ni ulaji kiapo cha utiifu cha kuilinda jamii kwa moyo wote, bila chuki, woga wala mapendeleo.

Muda si muda, Sakawa ambaye alikuwa kama amiri jeshi wa kundi hili alipata wanachama wengi na mafunzo ya mazoezi ya vita yakang'oa nanga katika eneo la Bomachoge linalopakana na eneo linalojulikana kama Trans Mara hivi leo.

Chinkororo, chini ya uongozi wa Sakawa walifanya maandalizi barabara ya kukabiliana na adui yeyote ambaye angethubutu kuichokoza jamii yao. Miaka ilipita bila ya yeyote kuwachokoza Abagusii. Hata hivyo, kulizuka maradhi ya ng'ombe, ongongo, ambayo yaliwaua mifugo wengi katika jamii ya Waluo, Abagusii na Wakipsigis. Ugojwa huo uliifanya mifugo kupofuka hatimaye kufa.

Walipogundua kuwa walikuwa na ng'ombe wachache sana waliosalia, jamii ya Wakipsigis ilifanya njama ya kuwashambulia Abagusii na Wajaluo ili kuwanyang'anya ng'ombe wao waliosalia. Jeshi la Wakipsigis, likiongozwa na arap Makiche liliondoka eneo la sasa la Sotik na kuungana na jeshi jingine kutoka Belgut lililokuwa likiongozwa na Cheseng'eny Kaborok.

Kwa weledi wake, Sakawa alijua yote juu ya shambulizi hilo na akaliandaa jeshi lake vya kutosha. Jeshi la Wakipsigis ambalo lilitoka Sotik asubuhi na mapema hatimaye lilifika kusini mashariki mwa kingo za mto Gucha wakati jua lilipokuwa likitua. Huku wakiendelea kupanga jinsi wangetekeleza shambulizi lao, wingu kubwa la ndege aina ya tai walipaa angani na kuwatia matumbo moto. Ndege hao yaaminika walitumwa na Sakawa kuwatia hofu wapiganaji kutoka jamii ya Wakipsigis. Walichukulia tukio hilo kuwa lingewaletea mkosi.

Cheseng'eny Kaborok wa Belgut alipowaona ndege hao kwa wingi, alijawa na wasiwasi mkuu. Akamshauri mwenzake arap Makiche kuwa haikufaa tena kuwavamia Abagusii kwa sababu ndege hao walikuwa wamewaletea mkosi.

Jeshi lake liliposikia haya lilitishia kumuasi na kudai kuwa alikuwa mwoga na msaliti. Jeshi hilo

lilianza kuwashambulia Abagusii katika eneo la Mugirango Kaskazini na kumalizia Manga. Shambulizi hilo lilifaulu mno. Vijiji vingi vya Abagusii viliteketezwa. Nyumba zilizoezekwa kwa nyasi na kukandikwa kwa udongo zilisalimu amri. Sumaku za nyasi kavu kwenye paa za nyumba hizo hazikufanya ajizi. Ziliuvutia moto uliororomoa na kutapika mawingu makubwa ya moshi yaliyotanda hewani.

Kulikuwa na vilio na kemi za wanawake na wasichana ambao pia walisombwa kama shehena na washambulizi hao. Mbali na kuwachukua wanawake na wasichana, washambulizi hao barubaru wenye nguvu kama za radi zipasuazo miamba walichukua na mifugo pia – si mbuzi si ng'ombe. Kondoo nao hawakusazwa. Nia yao ilikuwa ni kufagia kabisa vijiji vya Abagusii na kuhakikisha kwamba hawabakishi kitu chochote!

Chambilecho wahenga, ngoma ikilia sana mwishowe kiwambo hupasuka. Ole wao! Mambo yalianza kuwaendea mrama wanajeshi wa jamii ya Wakipsigis walipofika katika eneo la Manga. Malabun arap Makiche na Kaborok walianza kuzozania unahodha wenyewe kwa wenyewe. Nahodha wawili chombo huenda mrama. Kulizuka hali ya kutokubaliana kati ya viongozi hao. Kwenye vuta nikuvute baina ya hao wawili, kukatokea mgawanyiko mkubwa kati ya wafuasi wa Makiche na Kaborok.

Makiche na jeshi lake waliamua kwenda kuwashambulia Waluo huku Cheseng'eny na kundi lake wakielekea kwingine Huku Wakipsigis wakiendelea kuwashambulia Waluo, ngoma zilipigwa kote Gusii huku mbiu za mgambo zikipulizwa. Kwa kuwa ilijulikana kuwa Wakipsigis wamekwenda kuwashambulia Waluo. Wakimbiaji hodari walitumwa kutoka koo za Kitutu, Nyaribari, Mugirango na Wanjare kuwapasha habari Chinkororo kuhusu tukio hilo. Punde tu baada ya kupata ujumbe huo,

Chinkororo walikwenda hadi vilima vya Manga na kujificha msituni, tayari kuwashambulia adui zao.

Asubuhi na mapema, jamii ya Waluo ilirusha kemi na kuanza kuwafukuza maadui zao kutoka jamii ya Wakipsigis. Kwa vile makundi yao yalikuwa yamegawanyika baada ya kuzuka tofauti kati ya viongozi wao, Waluo waliwalemea Wakipsigis ambao walianza kutoroka kupitia vilima vya Manga. Ole wao! Hawakujua kuwa jeshi la Abagusii lilikuwa limejificha katika msitu huo. Walipokuwa wakiteremka vilima vya Manga karibu na mto Charachani, walifumaniwa na Chinkororo na kuuwawa kwa wingi.

Kwa ushirikiano wa kukabiliana na adui mmoja, Abagusii na Waluo waliwaua Wakipsigis wengi mno na kutupa miili yao ndani ya mto Charachani. Yadaiwa kwamba, maji ya mto Charachani yalibadilika na kuwa mekundu kwa damu kwa sababu mili iliyodhulumiwa vibaya ilitupwa katika mto huo.

Baadhi ya wapiganaji kutoka jamii ya Wakipsigis walijaribu kujificha kwenye vichaka karibu na mto huo, wengine wakajifanya kuwa wamekufa kwa kujifunika matawi ya vichaka, lakini wapi! Abagusii waliwachoma kwa mikuki.

Abagusii ambao walikuwa hawajawahi kushinda vita vyovyote dhidi ya maadui zao hawakuamini ushindi huo. Waliviita vita hivyo vita vya Saosao. Wengi walikiri kwamba isingalikuwa mipango ya Sakawa, wasingalipata ushindi huo. Sakawa alikuwa amewaunganisha Abagusii.

11. Karamu ya Buriani

BAADA ya kupata ushindi mkubwa dhidi ya maadui zao katika vita vya Saosao, Sakawa aliamua kuwaandalia karamu wapiganaji walioshiriki katika vita hivyo na wazee wa koo sita za jamii yake kusisitiza umuhimu wa umoja.

Sakawa pia alinuia kuitumia fursa hiyo kutoa tabiri muhimu za matukio yaliyokuwa mbeleni. Aliamini usemi wa wahenga kuwa ajidhaniye amesimama, aangalie asianguke. Hakupendelea kamwe kuona jamii yake ambayo sasa ilikuwa inainukia na kuwashinda maadui zao ikizama tena kwa sababu ya kila ukoo kujiona bora kuliko mwingine.

Maandalizi ya karamu hiyo yalikuwa hayana mfano wa kupigiwa. Hauchi, hauchi unakucha. Ijumaa, siku iliyopangiwa kufanyika kwa karamu, ilifika. Mungu akawa ameibariki kama alivyokuwa amezibariki siku nyingine.

Mbali na vipochopocho vya chakula mbalimbali vilivyoandaliwa, Sakawa aliwachinjia wageni wake fahali mkubwa sana. Hali kadhalika, mwenyeji aliwaandalia wazee pombe aina ya busaa iliyojaa majungu makubwa makubwa. Vijana waliohudumu katika jeshi la jamii, au Chinkororo, kamwe hawakuruhusiwa kushiriki katika ulevi. Ulikuwa ni mwiko kushiriki katika ulevi. Jamii hii ilielewa wazi madhara ya pombe kwa vijana ambao walitarajiwa kuwa viongozi wa kesho.

Kijana yeyote aliyevunja amri hiyo alipata adhabu kali punde tu ilipogunduliwa. Mbali na kuadhibiwa, kijana aliyelewa alitozwa faini kubwa na kufukuzwa asiweze kamwe kushiriki katika shughuli za kuilinda jamii.

Kuanzia saa tatu asubuhi, wageni walianza kufika mmoja baada ya mwingine bomani kwa Sakawa. Huku wengine wakiendelea kuwasili, wale waliokwisha kuwasili mapema walionyeshwa mahala pa kuketi chini ya kivuli cha mti mkubwa uliokuwa nje ya nyumba ya Sakawa.

Mkururo wa mbwa, marafiki wa wakuu wa mbwa Simba pia walionekana wakikimbia kutoka upande mmoja wa boma hadi mwingine wakisubiri zamu yao ya kutafuna mifupa ambayo bila shaka ingekuweko kwa wingi.

Saa chache baadaye, ukumbi mzima ulikuwa umejaa wageni. Kulikuwa na tafrija kadhaa za ngoma za kienyeji. Akina mama walicheza ngoma aina ya ribina iliyoporomoshwa na wazee wakiimba emeino kucheza obokano, ala ya kamba nane. Vijana, kwa upande mwingine, walidhihirisha umaarufu wao kwenye shindano la mieleka , enyameni, ambapo walimenyana kati ya koo sita za jamii ya Abagusii.

Baada ya kipindi cha tumbuizo, wakati wa shibe ukafika. Wageni wakaishitaki njaa kwa vyakula mbalimbali vilivyokuwepo. Baadhi ya vyakula vilivyoandaliwa katika karamu hii ni pamoja na ugali wa wimbi, ugali wa mtama, mboga kali aina ya chinsaga, amanagu, malenge, viazi vitamu na kitoweo halisi watumiacho wazee wa jamii hii kulia nyama iliyochomwa kinachoitwa obosontoto. Kulikuwa pia na maziwa mabivu pamoja na nyama ya mbuzi.

Ilikuwa karamu ya kukata na shoka ambayo bado inatajwa na baadhi ya vinywa vya wazee miongoni mwa Abagusii hadi hivi leo.

Baada ya shibe, wazee walianza kuzungumzia masuala mbalimbali nyeti kuhusu jamii huku wakiwa wamezunguka jungu kubwa la pombe. Kila mzee alikuwa ametumbukiza mrija wake katika jungu kuu na kufyonza pombe pole pole mithili ya mbu anayefyonza damu baada ya kumwuma mtu.

Huku wakiendelea kuburudika kwa kinywaji chao, Sakawa alisimama huku wazee wakimpigia makofi. Alisafisha koo lake na kuanza kunena,

"Engoro, Mungu uliyeumba mbingu na ardhi, uliyetupa uhai na afya, uliyetupa siri ya ushindi dhidi ya maadui zetu, tunakuomba uwe nasi hadi tutakapofikia mwisho wa kikao hiki."

Wazee walikuwa wamemkazia macho huku wakitingiza vichwa vyao na kuajabia kipawa cha usemi ambacho kijana huyu alikuwa amekirimiwa.

"Wazee, mpo?"

" Tupo"

" Vijana, mpoooo?"

"Tupooooooo!"

" Akina mama, mpoooooo?"

"Ndio, tupooooo!!" walijibu huku wakipiga vigelegele.

" Nawakaribisheni nyote katika karamu hii yenye lengo la kuwapigia debe vijana wetu kwa kazi nzuri waliyofanya katika kuwabwaga maadui zetu hivi majuzi katika vita vikali vya Saosao..." Usemi wake ulikatizwa na nderemo za shangwe na makofi ya furaha.

"Kwa miaka mingi, tumekuwa watumwa wa makabila mengine. Makabila hayo yamekuwa yakituzungusha juu chini-kushoto-kulia-mbele nyuma, jinsi upepo uifanyavyo tiara. Sasa tumegundua siri ya ushindi. Umojaaa!"

"Umoja, umoja, umojaaa!!" Umati ulijibu kwa furaha huku ukipiga makofi.

"Tulikotoka ni mbali, na safari iliyoko mbele yetu

pia ni ndefu, yenye majabali makubwa njiani na ya kukatisha tamaa," Sakawa alisita kidogo, akasongeza nyuma kiti chake cha mviringo cha miguu mitatu na kuchukua fimbo yake aliyokuwa ameiwekelea chini.

"Nimedokezewa na pepo za mababu zetu kuwa, katika ardhi yetu, watakuja wageni wanaofanana na vipepeo, nao watatwaa ardhi yetu"

Maneno haya ya Sakawa yalikuwa kama mwiba mkali uliochomwa kwenye kidonda. Mzee Nyabwanga wa ukoo wa Mugirango alisimama mara moja na kumkata Sakawa usemi kwa kuuliza maswali,

"Watakuja lini, kwa nini na watatoka wapi?"

"Tafadhalini, ulizeni maswali baadaye. Nipeni nafasi ya kuwaambia ujumbe niliopata kutoka kwa pepo za mababu zetu...enhee....eeh... Vipepeo hao watatwaa ardhi yetu. Lakini, msithubutu kuwagusa. Mkiwagusa, watawadhulumu kwa fimbo zao zitakazokuwa zinafoka moto." Sakawa alisema huku akiwaonyesha fimbo yake.

"Pili, vipepeo hao wataleta joka la chuma katika ardhi yetu. Nalo joka hilo litakuwa linafoka moshi." Sakawa alikamilisha hotuba yake na kuwaruhusu wazee kumwuliza maswali.

Mzee Angwenyi, kiongozi au Omogambi kutoka ukoo wa Kitutu alisimama na kuuliza,

" watu hao wanaofanana na vipepeo watatoka wapi?"

"Watatoka nchi za mbali."

"Kwa nini watakuja katika nchi yetu," akauliza Kimaiga.

"Sina uhakika ni kwa nini, lakini huenda wakaja kuimarisha chumi zao na kunyonya jasho letu.

"Ulisema kuwa ni hatari kupigana nao. Je, tutakaa tutwe watupokonye ardhi yetu?" Mzee Ogaro akauliza.

"Itakuwa hatari kufanya hivyo. Kwa nini? Kwa sababu watakuwa na fimbo zinazofoka moto."

Sakawa pia alisema maneno ya kilinge kwa lugha ya Ekegusii, "amandegere name Getembe, ore n'abamura nayae." Mzee Ogaro alijaribu kumdadisi Sakawa kuhusu maana ya usemi huo lakini akajibu kwa kumung'unyamung'unya maneno – labda kwa sababu ya uchovu.

Kipindi cha maswali kilipomalizika, wageni walianza kuondoka mmoja mmoja. Hata hivyo, kuna wazee walioamua kubaki kunywa pombe bomani mwa Sakawa huku wakipiga gumzo. Angwenyi alikuwa miongoni mwa wazee hao. Usiku wa manane ulipofika, aliwaaga wenzake na kijiendea zake.

12. "Kifo" cha Sakawa

MZEE Angwenyi alikuwa ndio amefika nyumbani kwake baada ya kuhudhuria karamu ya kukata na shoka nyumbani kwa Sakawa. Ulikuwa ni usiku wa manane. Kulikuwa na mbalamwezi angani na nyota chache ambazo ziling'aa kama dhahabu. Kulikuwa na kimya cha hali ya pekee. Angwenyi alinyatanyata kwa hatua haba huku akiyumbayumba kwa sababu ya ulevi baada ya kunywa pombe mchana kutwa karamuni.

Ingawa alikuwa mchovu, Angwenyi aliwasha kiko chake punde tu alipoingia nyumbani. Hatimaye, aliketi kitako na kupiga mafunda mawili matatu hivi huku akiwaza kwa kina kuhusu hotuba aliyotoa Sakawa kwenye karamu.

Kutokana na tajriba za awali, wazee katika jamii hii ambao awali walikuwa wapinzani wakubwa wa Sakawa waligeuka kama lumbwi na kuanza kumheshimu ingawa alikuwa kijana tu. Hivyo basi hawakuchukulia lolote alilosema Sakawa vivi hivi tu. Walizingatia kila neno ilivyostahili.

"...katika ardhi yetu, watakuja watu wanaofanana na vipepeo.... Nao watatwaa ardhi yetu...msithubutu kuwagusa, ama watawadhulumu kwa fimbo zao zinazofoka moto." Angwenyi alikumbuka usemi wa Sakawa.

"Haiwezekani mtu mgeni aje kwako, akupokonye

ardhi yako nawe uwe unamtazama tu. Tutapambana na hao vipepeo," Angwenyi akawaza huku akiachilia wingu la moshi kutoka kinywani.

Mawazo ya Mzee Angwenyi yalikatizwa ghafla na vilio visivyokuwa vya kawaida. Alitoka nje kusikiliza vilikokuwa vinatoka huku akijiuliza msururu wa maswali,

"Je, lilikuwa shambulizi la maadui zao waliowabwaga katika vita vya Saosao vya hivi majuzi?"

Vilio vilipoendelea kutanda, Mzee Angwenyi alirudi nyumbani kwa kasi kama umeme. Aliweka kiko chake kando, akaenda hadi mvunguni mwa kitanda chake, akachukua mikuki yake miwili na kukimbia kwenda lango kuu la kuingilia bomani mwake.

Baada ya kuwaza na kuwazua, aliamua kutotoka nje ya boma lake. Alirudi nyumbani tena na kuendelea kuvuta kiko chake. Baada ya kupiga mafunda kadhaa, aliamua kwenda kulala ingawa vilio hivyo vilimhofisha sana.

Mnamo saa kumi na mbili alfajiri, vilio hivyo vilikuwa bado vinaendelea. Ilibainika wazi kuwa kulikuwa na tukio baya nyumbani kwa Sakawa. Lakini tukio hilo lilihusu nini? Usiku wa kuamkia siku hiyo Mzee Angwenyi na wazee wa koo nyingine walikuwa karamuni kwa Sakawa. Hakuna yeyote aliyeripotiwa kuwa mgonjwa au kujihisi vibaya katika karamu hiyo. Vilio vilikuwa ni vya nini? Swali hili likabaki kuwa kitendawili kikubwa.

Kufikia saa mbili asubuhi, pembe zote za Gusii na hata kuvuka mipaka yake zilikuwa zimepata tanzia za "kifo" cha Sakawa. Watu walianza kufuatana msururu msururu kama siafu kwenda nyumbani kwa Sakawa. Mafungulia ng'ombe hivi, kulikuwa na umati mkubwa wa watu nyumbani kwa Sakawa. Watu walikuwa ni wengi ajabu hivi kwamba, mtu hangeweza kupata hata nafasi ya kusimamia wala kutema mate.

Maelfu ya wanawake waliomboleza kwa uchungu. Hata wanaume ambao kulingana na utamaduni wa jamii nyingi barani Afrika hawakuruhusiwa kuonyesha hisia zao hadharani wakati wa msiba walishindwa kujizuia. Nao walionekana wakibubujikwa na machozi na kupenga kamasi kisirisiri. Wengi walijizuia wasilie bila mafanikio.

Mbwa waliokuwa wamekusanyika katika boma hilo kudoea mifupa ya fahali aliyechinjwa karamuni nao walibweka bila mfano. Hata mifugo wengine, hasa ng'ombe, yadaiwa walionekana kuwa na huzuni kufuatia tukio hilo.

Jamii ya Waluo kutoka sehemu za Gem, Mumbo na Nyakach walifika nyumbani kwa Sakawa kwa wingi huku wamejihami kupindukia endapo Abagusii wangewageukia na kuwashambulia. Jamii hii bila shaka ilikuja kutoa heshima zake za mwisho kwa mtabiri na tabibu ambaye huduma zake hazikujua mipaka wala kabila.

Hata Isiria Maasai na Wakipsigis ambao walishindwa na Abagusii katika vita vya Saosao walifika kushuhudia mkosi uliomkumba tabibu waliyemthamini na kumheshimu kwa dawa na ushauri wake.

Kuanzia saa moja hadi saa tatu asubuhi, wazee kutoka koo sita za Gusii ambao wengi wao walikuwa wamehudhuria karamu nyumbani kwa Sakawa na kuondoka kwenda makwao siku iliyotangulia kwa mara nyingine walikusanyika chini ya mti ule ule ambapo waliketi wakati wa karamu. Wakati huu hawakukusanyika kusherehekea, bali kuomboleza.

Kilikuwa ni kioja kikubwa ambapo sherehe iligeuka maombolezi kwa muda mfupi sana!

Wazee hao walikuwa wakijadiliana kuhusu suala nyeti ambalo lilizua mihemko na ghadhabu miongoni mwa waombolezaji kutoka matabaka na sehemu mbalimbali waliokuwa wamefika nyumbani kwa Sakawa.

Ilitukia kwamba, waombolezaji waliofika nyumbani kwa Sakawa kwanza punde tu walipopata ripoti ya tanzia kuhusu kifo chake waligundua kuwa Sakawa alikuwa tayari amekwisha "kuzikwa." Waluo, Wamaasai na Wakipsigis waliokuja kuifariji jamii ya Abagusii na familia ya Sakawa walishutumu vikali hatua hiyo kuwa ya aibu kubwa na ya ajabu sana.

"Imekuwaje kiongozi mwenye staha, tabibu na mtabiri aliyeonewa fahari kote Gusii na hata miongoni mwa makabila mengine kuzikwa haraka haraka kama mzoga wa mbwa koko?" Imekuwaje kiongozi wa hadhi hiyo akazikwa kiholela bila hata kufanywa sherehe rasmi zinazozingatia utamaduni wetu ambao aliutetea kwa hali na mali?" mzee mmoja akahoji.

Mbali na "kuzikwa" kwa njia isiyoeleweka, kitendawili kingine kilichoibuka kuhusiana na mkosi huu kilikuwa kwamba, "kaburi" ambamo Sakawa alidaiwa kuzikwa lilionekana kuwa dogo sana kama la mtoto mdogo.

Panapo wazee hapaharibiki neno. Chini ya uenyekiti wa Mzee Angwenyi, wazee walikata kauli ya kuifukua maiti ya Sakawa mara moja ili iweze kuzikwa upya kwa kuzingatia mila na taadhima aliyostahili mtabiri na tabibu aliyeheshimika sana.

Bila ya kupoteza wakati, vijana barubaru walichukua zana za kufukua "kaburi" la Sakawa. Wakavua mavazi yao ya ngozi na kubaki vifua wazi. Punde si punde walianza kuchimbua "kaburi" la Sakawa huku wakirusha mchanga mithili ya fuko.

Walichimba, wakachimba na kuchimba. Walichimbua kaburi hilo hadi miili yao ikaloa jasho. Waliohisi kiu walipatiwa maji wakanywa halafu wakaendelea na shughuli ya kuchimbua. Ilikuwa ni kazi ngumu kweli!

Baada ya kuchimba umbali wa futi kama kumi na tano hivi, walipata kiti cha mviringo cha miguu mitatu ambacho Sakawa alipenda kukikalia. Yamkini alikibeba kiti hiki kila mahali alikokwenda kuhudhuria mikutano ya mabaraza ya wazee. Hata karamuni, Sakawa alikuwa amekalia kiti hiki hiki.

Chipukizi hao waliendelea kuchimba. Kadiri walivyotoa mchanga kaburini ndivyo kina chake kilivyozidi kuongezeka na matumaini ya kuufikia mwili wa Sakawa kupanda. Baada ya futi nyingine kumi na tano, vijana hao waliokuwa wanahema kwa sababu ya uzito wa kazi hiyo walipata fimbo ya Sakawa.

Himahima waliendelea kuchimba huku wazee wakiwa wamesubiri kwa hamu na ghamu kuona mwili wa Sakawa. Kupatikana kwa kiti na fimbo ilikuwa ni ishara kuwa hawakuwa mbali na lengo lao. Hatimaye, walipofika mwisho wa "kaburi" hilo, walipata kichwa cha fahali aliyechinjwa ili kuadhimisha karamu ya ushindi katika vita vya Saosao.

Hali hii ilizua wasiwasi na hofu kubwa. Wazee kwa vijana, wanawake kwa wanaume, wageni kwa wenyeji, wote walibaki vinywa wazi. Macho yakawatoka pima kwa woga. Vilio vikakoma ghafla. Watu wakakusanyika vikundi vidogovidogo kujadiliana kwa sauti za chini kuhusu tukio hilo la kushangaza. Kwa hakika, ukiyastaajabu ya Musa utayaona ya Firauni. Makubwa yalikuwa yanawasubiri.

Tukio hilo lilizua fikra mbalimbali miongoni mwa wazee ambao walijaribu kulifafanua na kulitanzua. Kuna wale waliodai kuwa familia ya Sakawa ilikuwa inawachezea "mchezo mbaya" kwa kudanganya watu kuwa Sakawa alikuwa amefariki. Hata hivyo, wale waliofuatilia maisha na mienendo yake kwa makini walihoji iwapo kulikuwa na uwezekano kwamba Sakawa alikufa kweli na hatimaye kuyeyuka na kujiunga na pepo za mababu zake katika ulimwengu mwingine.

Fikra hizi ziliwashitua waombolezaji wengi ambao walitimua mbio kwa hofu ya kukabiliana na pepo za mababu zao. Hata hivyo, maelezo kama haya hayakuwaridhisha watu wengi. Je, Sakawa alikufa kweli au aliuwawa na jamaa zake ambao waliuficha mwili wake kwa kuhofia ghadhabu za jamii nzima ya Abagusii?

13. Kivuli cha Sakawa

MIAKA miwili baada ya "kifo" cha Sakawa, Waingereza walianza kuwasili barani Afrika na kutwaa Uganda kuwa himaya ya koloni yao. Himaya hii ilihusisha sehemu kubwa ya mkoa wa sasa wa Nyanza.

Maafisa Waingereza kutoka kikosi cha King's African Rifles (K.A.R) waliwasili Gusii wakati huohuo wakiwa na silaha kali. Wazee wa jamii ya Abagusii walipobaini kwamba wageni hao wasioalikwa walikuwa wamefika kukalia ardhi yao walipiga mbiu ya mgambo kutangaza mkutano wa dharura uliohudhuriwa na wazee kutoka koo zote sita za jamii ya Abagusii. Mbiu ya mgambo iliapo, jua kwamba kuna jambo. Chini ya uongozi wa Mzee Angwenyi, wazee walifanya kikao kujadili kuhusu majio ya "watu weupe" katika ardhi yao.

"Lengo la kikao hiki ni kujadiliana jinsi tutakavyokabiliana na wageni hawa ambao wamezuru nchi yetu bila kualikwa, Mzee Angwenyi akasema.

"Usemayo ni kweli. Lakini kumbuka kuwa 'marehemu' Sakawa alituonya tusithubutu kuwachokoza, la sivyo watatudhulumu kwa fimbo zao zinazofoka moto!"

"Sakawa hayuko nasi kwa sasa. Asiyekuwepo na lake halipo. Kilichoko ni sisi kutumia jeshi letu la vijana la Chinkororo kukabiliana na wageni hawa. Chisokoro kamwe hazitafurahishwa iwapo hatutajitokeza wazi kutetea haki zetu," Mzee Angwenyi alikariri.

Baada ya majadiliano katika mkutano huo na mingine mingi ya mara kwa mara iliyofanywa na wazee, kauli ilikatwa kuwa kingekuwa ni kitendo cha woga iwapo jamii ya Abagusii ingekataa kujitokeza wazi na kutetea ardhi yao.

"Hatutaki kuonekana kama kunguru waoga wanaokimbiza mbawa zao tu," akashauri mzee Angwenyi.

Punde tu walipopiga kambi katika eneo la Gusii, Waingereza waliamua kujenga makao makuu ya utawala wao kwenye ardhi ya jamii ya Abagusii. Hatua hii iliwakasirisha sana wenyeji ambao walianza kuipinga kwa jino na ukucha.

Chinkororo walijitosa katika msitari wa mbele kutetea haki za jamii yao. Hata hivyo, juhudi zao hazikufanikiwa sana. Waliwashambulia kwa bunduki za rashasha zilizotema risasi kama mchanga na kuwaua wapiganaji wengi wa jamii ya Abagusii. Waliteketeza makazi yao, wakaharibu mimea ya vyakula mashambani na kuchukua mifugo wengi ajabu.

Mambo yalipochacha, wazee waliwahimiza vijana waliokuwa wametahiriwa kuoa kwa kuhofia kwamba Waingereza wangeangamiza kizazi chote huku wakikumbuka wosia wa Sakawa kuhusu kuja kwa "mtu mweupe" kabla ya "kifo" chake. Mashambulizi ya Waingereza dhidi ya Abagusii yalizidi kuongezeka kutwa kucha. Hawakusaza kamwe makazi ya malisho yaliyojulikana kama ebisarate ambapo walizidi kuwapokonya wenyeji mifugo zaidi.

Waliposhindwa kuvumilia kero na bughudha za "wageni weupe" Abagusii waliamua kutetea haki na maslahi yao ima fa ima.

Mmoja wa vijana barubaru aliyekerwa na vitendo vya udhalimu vilivyofanywa na Waingereza waliozuru Gusii alikuwa ni Otenyo. Otenyo alikuwa na mtoto wa kike aliyeitwa Bosibori na aliishi na shangaziye aliyeitwa Moraa.

Moraa, ambaye pia alikuwa tabibu maarufu na nabii wa kuheshimika katika jamii ya Abagusii naye alikuwa amechoshwa na vitendo dhalimu vya Waingereza dhidi ya Abagusii.

"Mgeni wa aina gani huyu? Badala ya kunyenyekea ili tumkaribishe kwetu, anataka kutukalia kimabavu," akalalamika Moraa.

"Mimi stahamala zimeniisha wallahi. Nitawafunza wageni hawa adabu, hata ingawa wazee wametutahadharisha kwamba fimbo zao zinazofoka moto ni hatari kwa usalama wetu. Hatuwezi kukaa tutwe na kumruhusu mgeni mweupe kutukalia vichwa na kutunyanyasa apendavyo. Sisi kamwe sio vikaragosi wake," akalalamika Otenyo huku akimeza funda la mate kwa hasira kuu.

Otenyo hakuamini katika maneno matupu bali katika vitendo. Kwa kuhimizwa na wazee pamoja na shangazi yake, Moraa, Otenyo aliwaleta pamoja vijana wenzake waliohudumu katika kikosi cha Chinkororo.

"Ni wakati wetu sasa wa kulipiza kisasi dhidi ya wageni hawa weupe ambao wanatuhangaisha kutwa kucha," Otenyo akawaambia wenzake.

"Usemayo ni kweli," akaongeza mpiganaji mmoja mwenye kichwa kikubwa na macho yenye makengeza. "Isitoshe, Moraa atatupatia dawa ya kutukinga dhidi ya risasi za adui zetu."

"Wanaume ni kuonana ulingoni," akasema mwingine.

Baada ya kufanya mikutano ya mara kwa mara pamoja na mazoezi faraghani, Otenyo na kundi lake walikuwa tayari kukabiliana na Waingereza.

* * *

Mipango sasa ilikuwa imekamilika. Siku yenyewe

ikafika. Siku ya vya mchana kuliwa mwiku. Siku ya asiyekuwa na mwana kueleka jiwe. Otenyo na kundi lake walirauka wakati wa majogoo.

Kabla ya kuondoka nyumbani kwenda vitani alfajiri hiyo, kikosi cha wapiganaji hao kiliweka foleni tayari kunyweshwa dawa na Moraa. Walipewa dawa kwa zamu na kumiminiwa nyingine vifuani kwa kutumia mgwisho. Moraa alifanya kazi hiyo akinuiza kwa lugha iliyokuwa haieleweki. Aliporidhika kwamba jeshi lote lilikuwa limekwisha kupokea dawa, Moraa aliinua mgwisho wake na kutamka kwa sauti nzito, "Nendeni kama upepo – kaskazini, kusini, mashariki na magharibi. Enezeni nywiywila na kukabiliana kiume na udongo mwekundu."

Kikosi hicho kilikuwa kimejihami kwa jino na ukucha. Walibeba mikuki yao iliyotiwa makali hadi ikakubali. Walibeba na pinde zilizoning'inizwa kwapani. Mishale yao ya sumu ilitulia dede migongoni pao. Waliondoka mara tu jua lilipoanza kupasua wingu, huku wakiwa wamefuatana msururumsururu kama chungu wanaokwenda kuhemera.

Walikuwa wamepata fununu kwamba maafisa Waingereza walikuwa wamepanga kushambulia eneo la Manga na kuwapokonya wenyeji wa sehemu hiyo mifugo. Walipitia njia za mkato hadi wakafika eneo la Manga. Otenyo na kundi lake walijificha vichakani.

Jua sasa lilikuwa limeanza kuchomoza. Miale yake ya kikahawia ilifanya vilima vya Gusii vilivyofunikwa na blanketi la mimea ya rangi ya kijani kibichi kumeremeta kama dhahadu. Mawingu machache meupe kama pamba yalionekana angani. Upepo mwepesi ulikuwa unavuma na kusababisha matawi ya miti kupiga miluzi na kutoa muziki wenye utulivu wa aina yake.

Utulivu huo ulivurugwa ghafla Otenyo na kundi lake walipowaona maafisa Waingereza wakikaribia maficho yao. Walinyatanyata na kutambaa kwa matumbo kama mibaazi. Wengine walishika mikuki yao sawasawa huku wengine wakitia mishale yao kwenye pinde tayari kwa mashambulizi.

Katika hatua za kiba kibandua kiba, maafisa Waingereza walifika karibu na maficho ya Otenyo na wenzake. Mbele kabisa kwenye msafara huo alikuwa Bw. Geoffrey Alexander Northcote. Wazee wa jamii ya Abagusii walishindwakutamka jina halisi "Northcote" na hivyo basi wakamwita "Nyarigoti."

Nyarigoti na wenzake hawakujua kwamba kikosi cha Otenyo kilikuwa kimewakalia kitako na kuamua kuwavamia na kuwaadhibu kwa sababu ya dhuluma zao. Hawakufahamu kuwa Abagusii walikuwa wameapa kutopumzika hadi wahakikishe kwamba wageni hawakalii kimabavu ardhi yao.

Kufumba na kufumbua, Otenyo aliinuka ghafla kutoka nyuma ya kichaka alipokuwa amejificha. Kwa kasi kama umeme, aliinua mkuki wake na kuurudisha nyuma mkono wake wa kulia.

"Omomura ekebege," Otenyo alitamka huku akiuachilia mkuki huo uliopenya hewa na kufyatuka kama risasi. Shabaha yake haikuambulia patupu. Mkuki ulitii amri na kumchoma kifuani Nyarigoti ambaye, kama maafisa wenzake, alikuwa hana habari kwamba walikuwa wameviziwa. Alianguka chini pu! Michirizi ya damu ikambubujika bubujububuju mithili ya maji ya mto mlimani.

Hatua ya kishujaa ya Otenyo iliwatia mshawasha wenzake kuzidisha mashambulizi yao dhidi ya maafisa Waingereza. Waligundua kwamba Wazungu, kama

Waafrika, hawakuwa vyuma, bali wangeweza kufa hata kwa kufumwa mikuki na mishale.

Shambulizi hilo lilizua kizaazaa kikubwa na makabiliano makali baina ya kundi la Otenyo na maafisa Waingereza waliofyatua risasi ovyo. Bunduki zao zilitoa milio ya vishindo vikuu kama vya radi. Mishale ilichacha hewani na kutoa sauti ya miluzi. Kilikuwa kinyang'anyiro cha aina yake ambacho kilikuwa hakijawahi kuonekana katika janibu hizo. Baada ya kurusha mkuki wake, Otenyo aliamua kupambana na adui kwa upinde na mishale. Mishale yake ilipokwisha, aliamua kupambana na adui mkono kwa mkono.

Pa.... papaaa... pa... Giza! Azma ya Otenyo ilikatizwa ghafla na risasi za Waingereza. Maadui zake waliokuwa na hasira kama za mkizi walimmiminia "mvua" ya risasi kwa bunduki zao zilizotema risasi kama mchanga. Otenyo alianguka chini kwa kishindo kama mgomba wa ndizi kwenye mvua ya dharuba kali. Wenzake walipogundua kwamba dawa ya Moraa haikuwa na kinga yoyote dhidi ya risasi za Mwingereza, walitawanyika.

Maafisa Waingereza walimtia Otenyo mbaroni. Hatimaye, kiwiliwili chake kilichokuwa kimelowa damu na kuwa na majeraha mengi ya risasi kilipatikana kimetupwa karibu na daraja moja katika eneo la Kitutu.

Chini ya uongozi wa jamii ya Abagusii, kiwiliwili cha Otenyo kilizikwa juu ya mlima wenye jabali wa Manga. Kichwa chake hakikuwahi kupatikana. Otenyo na mashujaa wenzake waliofariki katika juhudi zao za kutetea mali, maslahi na haki za Omogusii wangali wanakumbukwa kwa ushujaa wao kwa nyimbo mbalimbali.

Nyarigoti aliponea chupuchupu, kwani hakufariki ingawa alijeruhiwa vibaya. Kisa hicho kilizua uhasama na makabiliano makali kati ya Waingereza na jamii ya Abagusii. Chinkororo walipigana na Waingereza kwa kutumia silaha duni kama vile mikuki na ngao, mawe, vijiti ilhali Waingereza walitumia bunduki. Katika vita hivyo, takriban vijana mia mbili wa kundi la Chinkororo waliuawa mbali na jamii hiyo kupokonywa mifugo wao na nyumba zao kuteketezwa.

Baada ya vita hivyo, Waingereza wengi walihamia mjini Kisii ambapo walifanya makao yao. Hali hii ilipelekea mji huo kuitwa "Bosongo" (Uzunguni) Walianza kuzidunisha mila na tamaduni za wenyeji wao na kuzibatiza mara moja kuwa za "kishenzi."

Kutokana na dhuluma kadha wa kadha za Waingereza dhidi ya Abagusii, kuliibuka dhehebu lililokuwa na imani kuwa Sakawa ambaye alitoweka kwa njia isiyoeleweka angerejea siku moja kuwaokoa watu wa jamii yake kutoka kwa utawala dhalimu wa Waingereza. Imani hii ilikuwa inasambaa kwa kasi kama moto wa kiangazi kote Gusii hadi Waingereza wakalazimika kuwakamata viongozi wa dhehebu hilo ili kuendelea kudumisha maslahi yao. Viongozi ambao walitiwa mbaroni ili kukomesha kusambaa kwa habari kuhusu "kivuli cha Sakawa" walikuwa ni pamoja na Kabari, Oguora, Ongeri, Bonareri, Nyakundi, Kemunto, Orioki na Nyamachare.

Hadi wa leo, Sakawa yungali katika vinywa vya Abagusii. Maneno yake ya mwisho na ya kilinge kwa lugha ya Ekegusii kwamba, "amandegere name Getembe, ore n'abamura nayae," kwamba, uyoga utaota Gusii kwa wingi, atakayekuwa na wana wa kiume atayachuma, bado yanakumbukwa na Abagusii .

Visa kumhusu Sakawa labda vitaendelea kuathiri kumbukumbu ya kila kizazi miongoni mwa jamii alimotoka. "Kifo" chake ni kitendawili kikubwa ambacho kitaendelea kugusa ndoto za wengi.

-Mwisho-

14. Faharasa

Amarengari: mizuka

Amatimo: mikuki

Amanagu: aina ya mboga maarufu miongoni mwa
    jamii ya Abagusii

Busaa: pombe ya kienyeji

Chinduruche: kombeo

Chinkororo: kundi la vijana miongoni mwa jamii ya
    Abagusii ambao hupatiwa mafunzo kuilinda jamii
    hiyo dhidi ya mashambulizi kutoka kwa maadau
    hasa makabila jirani

Ebitureri: parapanda

Enyameni: mieleka

Erioba: jua, mbingu

Engoro: Mungu katika jamii ya Abagusii

Ekerecha (umoja)/ebirecha (wingi): pepo

Emeino: nyimbo waimbazo wazee wa jamii ya
    Abagusii wakati wa kunywa pombe

Ekee: aina ya kibaba kinachotengenezwa kwa
    kutumia ngozi na vijiti vya wimbi

Ensio: jiwe dogo litumiwalo kusaga wimbi

Mwarobaini: aina ya mti ambao huchukuliwa kuwa
    ni dawa inayoweza kutibi magonjwa zaidi ya
    arobaini

Nyomba ya baiseke bange 'nkerandi getakuoma:
    familia ya wasichana wengi ni kama kibuyu cha

maziwa wakati wote ambacho hakiwezi kukauka.

Ntomocha: tusikosee

Omoragori: Tabiri, tabibu wa kienyeji

Omogambi: Kiongozi/mtawala

Obokano: ala ya mziki ya kamba nane

Omoroka: aina ya mti wa matawi laini kama sifongo

Omomura ekebega: kijana wa kiume nyamaume na mwenye nguvu

Orogena: jiwe kubwa litumiwalo pamoja na ensio

kusaga nafaka hasa wimbi au mawele

Ribina: aina ya densi ya akina mama wa jamii ya Abagusii; huchezwa wakati wa ukavu kuomba mvua inyeshe